తొలి పలుకు

భారతదేశ చరిత్రను పునర్లిఖింపవలసిన యావశ్యకత యిటీవల గుర్తింపబడినది. నిష్పక్షపాతముగా జాతీయ దృష్టితో భారతీయేతిహాస పరిశోధనముగాంచి తత్ఫలితములను గ్రంథపరంపరగాఁ బ్రచురించుటకు గాను సుమారు పది సంవత్సరములక్రిందట మాన్యశ్రీ బాబూ రాజేంద్ర ప్రసాదుగారి యధ్యక్షతనొక పరిషత్తు ఏర్పడెను. మన యాంధ్రులలో శ్రీ కోట వెంకటాచలముగారిట్టి యావశ్యకతను గుర్తించి యట్టి చరిత్రను లిఖించుటకు తగిన సామగ్రిని కూర్చుకొనుటకు కృషిని సుమారు నలుబది సంవత్సరములక్రిందట ప్రారంభించిరి. మూడు సంవత్సరములనుండి వీరి చిరకాలోపార్జిత విజ్ఞానము గ్రంథరూపమున బయల్వెడలుచు పరిశోధకులకు మార్గదర్శకమగుచు, వైదేశిక లిఖిత చరిత్రపరన నిర్విణ్ణులైన వారి కాశ్వాసహేతువగుచు, సకలాంధ్రచేతోమోదప్రదమైయలరారుచున్నది. వీరు ప్రచురించుచున్న గ్రంథపరంపరలో "గుప్తరాజులెవరు ?" అనునది పదకొండవది.

వైదేశికులు రచించిన భారతదేశ చరిత్రలోని యేలోపములను సవరించుటకిట్టి యైతిహాసికగ్రంథము లవశ్యకములగుచున్నవో యించుక చూతము.

(1) మన పురాణములను, జ్యోతిషగ్రంథములను, వేదములను బట్టి సృష్టి ప్రారంభమై యిప్పటికి 195,58,85,050 సంవత్సరములైనది. పాశ్చాత్యులు మనదేశ చరిత్రను రచించునప్పటికి వారి విశ్వాసప్రకారం సృష్టి ప్రారంభమై ఆఱువేల సంవత్సరములైనది. అట్టి సంస్కారముతోఁ గూడుకొన్నవారు భారతీయ చరిత్రను లిఖించునప్పుడు కోట్లకొలది సంవత్సరములలో విస్తృతమైన చారిత్రకాంశములను నాలుగువేల ఏండ్లలో నిమడ్చవలసిన యావశ్యకత కల్గినది. కొన్ని యైతిహాసికాంశ [illegible] నెక్కడను ఇట్టి నాగరకత [illegible]చ్చెను. సృష్ట్యాదినుండి యునున్న వేదములు [illegible]బడినవనియు, లక్షలకొలది సంవత్సర గ్రంథములలోను ఇట్టివానికి తా[illegible]యణమొకవేళ జరిగియే యున్నచో

క్రీ॥ పూ॥ 1000 సంవత్సరముల ప్రాంతమున జరిగియుండవలయుననియు, అయిదువేల సంవత్సరముల క్రిందట జరిగిన మహాభారతముకూడ రామాయణమున కించుమించు సమకాలికమేయనియు, పురాణములన్నియు వేయి సంవత్సరముల క్రిందటనే లిఖింపబడినవనియు పాశ్చాత్యులు వ్రాయుట సహజముగనే సంభవించినది. వారి పాలనము క్రిందనుండి, వారు చెప్పిన విద్యను నేర్చిన పండితులును వారి ధోరణిలోనే వ్రాయుటలో అంత యాశ్చర్యము లేదు. శ్రీ వెంకటాచలముగారివంటి కొలది మంది పండితులు మన చరిత్రలోని కాలికమైన యీ ప్రబలదోషమును నివారించుటకై కృషిచేయుట భారతమాత భాగధేయమనక తప్పదు. శ్రీ వివేకానందస్వామి మున్నగు పూజ్యులు కొందఱే కాలికదోషము నేవగించుకొనియే యున్నారు. కాని కార్యాంతర నిమగ్నతచే వారు తన్నివారణమునకంతగా కృషిచేయలేదు. భగవంతుడీ కార్యమును శ్రీ వెంకటాచలముగారిచే చేయింపనుండగా నిది మఱియొక రీతిగా నెట్లు జరుగును ?

(2) రెండవ లోపమేమన : గ్రీకులు, రోమనులు, బ్రిటిషువారు మున్నగు సమస్త యూరపీయజాతులవారును తమ దేశచరిత్రలలో తమ పూర్వులేదో యితర దేశమునుండి యాదేశమునకు వచ్చినట్లు వ్రాసికొన్నారు. ఆసియాదేశములవారుకూడ ననేకులట్లే వ్రాసికొన్నారు. భారతీయులు మాత్రము ఎంత ప్రాచీన గ్రంథములోకూడ తామితర దేశమునుండి వచ్చినట్లు వ్రాసికొనలేదు. జనశ్రుతిలోఁగూడ నట్టి వదంతిలేదు. కాని పాశ్చాత్యులు తమకుగల చారిత్రక సంస్కారముతో భారతదేశ చరిత్రను వ్రాయవలసివచ్చినప్పుడు భారతీయులుకూడ పైనుండి వచ్చినవారేయని చరిత్రను ప్రారంభించిరి. సాధారణముగా చారిత్రక సిద్ధాంతములకుండవలసిన గ్రంథసాక్ష్యము (Literary evidence)కాని, పురావస్తుసాక్ష్యముకాని (Archealogical evidence) మఱియే యితర సాక్ష్యముకాని లేకుండగనే యీ సిద్ధాంతమును పాశ్చాత్యులు లేవదీయుట చారిత్రకుల సాహసమునకును, మనవారు దీనిని నమ్ముట చారిత్రక మూఢవిశ్వాసమునకును (Historical

superstition) ప్రబల నిదర్శనములు. ఆదిలో ఆర్యుల యాగమమును గుఱించియేకాక, యర్వాచీనకాలమున ప్రసిద్ధికెక్కిన కొన్ని తెగలను గుఱించికూడ పాశ్చాత్యులిట్టి సిద్ధాంతములనే లేవదీసిరి. రాజపుత్రులు ఆదిలో హూణులనియు, పల్లవులు, లిచ్ఛావీలు మున్నగువారును వైదేశికులేయనియు ఎన్నెన్నో సిద్ధాంతములను పాశ్చాత్యులు లేవదీసిరి. యివి యన్నియు నిరాధారములని క్రమముగా తేలుచున్నది.

(3) పాశ్చాత్యులు రచించిన భారతదేశచరిత్రలో నెక్కడను భారతీయ నాగరకతా ప్రాశస్త్యము కన్పట్టదు. రామాయణ భారతములను, పురాణములను, సంస్కృత కావ్యములను శ్రద్ధగా పఠింతుమేని ఆ యా కాలములలో భారతదేశమెట్లుండెనో స్పష్టముగా తెలియును. మతాచారములు, సాంఘిక ధర్మములు, రాజ్యపరిపాలన పద్ధతులు, పట్టణ నిర్మాణపద్ధతులు వివిధ విద్యల యౌన్నత్యము, కెమిస్ట్రీ, ఫిజిక్సు, జ్యోతిషము, వైద్యము మున్నగు శాస్త్రములవ్యాప్తి మున్నగు నంశములనేకములు వేలకొలదిగాఁ గన్పట్టును. ఉదాహరణములుగా రెండంశములను చూతము. ప్రతిపట్టణమునకును బైట సమస్తప్రజలు విహరించుటకు తగిన ఉద్యానవనములుండినట్లు వందలకొలది స్థలములలోగల వర్ణనములనుబట్టి తెలియగలదు. మఱియు రామాయణకాలములో శస్త్రవైద్య పద్ధతి మహోన్నతస్థితిలో నున్నట్లే క్రిందియంశమువలన తెలియగలదు. సీత హనుమంతునితో "రాముడు త్వరలో రానిచో రావణుడు నన్ను ముక్కముక్కలుగా ఖండించును. గర్భములోనున్న శిశువు చనిపోయి నప్పుడు శల్యకృంతుడు (Surgeon) తల్లిప్రాణమును కాపాడుటకై యాశిశువు నెంత చిన్నముక్కలుగా కోయునో అంత చిన్నముక్కలుగా నన్ను రావణుడు కోయును" అని చెప్పెను. రామాయణకాలములో శల్యతంత్రము (Surgery) ఎంత ఉన్నతస్థితిలో నుండెనో దీనివలన తెలియును. కాని మనపిల్లలకు పాఠశాలలలో బోధించు చరిత్రలలో నెక్కడను ఇట్టి నాగరకతా సూచకాంశములు కన్పట్టవు. ఏ చారిత్రక గ్రంథములలోను ఇట్టివానికి తావులేదు. ప్రాచీన భారతదేశ చరిత్రను

తెలిసికొనుట కానాటి ప్రజలస్థితిని తెలుపునిట్టి యంశములెంత ముఖ్యములో వేఱుగ చెప్పనక్కఱలేదు.

పై లోపములన్నియు మన ప్రాచీనగ్రంథములను చారిత్రకులు తగినంతగా పరిశోధింపక పోవుటచేతనే కలిగినవి. ఈ లోపములను సవరించుటకు తగినకృషిని శ్రీ వెంకటాచలముగారు చేయుచున్నారు. ఇంతవఱకు వీరు రచించిన గ్రంథములలో మొదటిరెండు లోపములును తీర్పబడినవి. ఇక రాబోవు గ్రంథముల మూలమున మిగిలిన లోపము కూడ తీరునని నమ్ముచున్నాను.

గుప్తవంశపు కుల, కాలములను గుఱించిన సందిగ్ధాంశములను, శ్రీ వెంకటచలముగారీ గ్రంథములో బహుకౌశలముతో పరిష్కరించినారు. చంద్రగుప్త మౌర్యుని కాలమునకు భారతదేశ చరిత్రలో నెంతయో ప్రాముఖ్యముకలదు. కౌటిల్యునికాలము, ఇతర రాజవంశముల కాలములుకూడ దానిపై నాధారపడియుండును. అలెగ్జాండరుతో వచ్చిన గ్రీకులు పేర్కొన్న శాంద్రోకోటస్ చంద్రగుప్త మౌర్యుడు కాడనుటతో భారతదేశచరిత్రలోని కాలికమైన లోపము కొంతవఱకు తొలగక తప్పదు.

శ్రీ వెంకటాచలముగారి యితర గ్రంథములవలెనే యిదియు పరిశోధకుల ప్రశంసను పొందగలదనుటలో సంశయములేదు. ఏనాటికైనను ఆంగ్లాదీతర భాషలలోనికి పరివర్తింపబడగల వీరి గ్రంథముల వలన వీరికేకాక ఆంధ్రుల కెలరకును పరిశోధక ప్రపంచములో ప్రశస్తి రాఁగలదు.

విజయవాడ,
14–11–1950.

జటావల్లభుల పురుషోత్తము, ఎం. ఏ.,
Lecturer, S. R. R. & C. V. R. College,
విజయవాడ.

[ప్రఖ్యాత చరిత్రవేత్తలగు మహా మహోపాధ్యాయ, కళా ప్రపూర్ణ శ్రీ **చిలుకూరి నారాయణరావు** పంతులుగారు యం.ఏ. పి. హెచ్. . యల్. టి., అనంతపురం, గారిచే వ్రాయబడినది.]

ఇంతవరకును భారతదేశ చరిత్ర నిర్మాణము పాశ్చాత్యుల వ్రాతల కనుకరణముగా మాత్రముండి అదియే మన విద్యాలయములలో విద్యార్థులకు బోధింపబడుచుండుటచేతను, చరిత్రను బోధించు ఉపాధ్యాయులు చరిత్రను గ్రుడ్డిపారముగా బోధించుచుండుట చేతను తాము బోధించు విషయములనుగూర్చి తగిన విమర్శలేక గతానుగతికముగా చరిత్ర విద్యాబోధ సాగుచుండుటచేతను సత్యమైన దేశచరిత్ర మనకింకను లభింపలేదు ఇంగ్లీషు డిగ్రీలను సంపాదించిన విద్యాధికులు తగిన పరిశీలనలేక వ్రాసిన పాఠ్యచరిత్ర గ్రంథములే ఉపాధ్యాయులకాశ్రయములగుచున్నవి. భారతదేశ చరిత్రనుగూర్చిన పరిశోధనలలో విద్యాధికులైనవారు వ్రాసిన వ్రాతలలో పరస్పరపొందిక కానవచ్చుటలేదు. ఇది యిట్లుండగా చరిత్ర నిర్మాణమునకు వలయు మూలగ్రంథములు, శాసనాదికములుగాక అనాదిగా సంప్రదాయసిద్ధముగా వచ్చుచున్న పురాణములమీది దృష్టిని పాశ్చాత్యులు గర్హించి యుండుటచే వానిపై మన వారికిని ప్రమాణదృష్టి తప్పినది. అయినను ప్రాచీన గ్రంథముల నామూలాగ్రముగా పరిశోధించి అందలి సత్యములకును యితరాధారములకును సమన్వయమును కల్పించి సిద్ధాంతముల నేర్పరుపగల ధీశాలులు ఆంగ్ల విద్యాధికులు కాని వారు దేశమున లేకపోలేదు. అట్టి వారిలో ఆంధ్రులలో అగ్రస్థానమును వహింపగలవారు బెజవాడ వాస్తవ్యులు బ్రహ్మశ్రీ **కోట వెంకటాచలం** పంతులుగారు. వీరితో నాకు మూడేండ్ల నుండియు దగ్గర పరిచయమేగాక స్నేహముకూడ నేర్పడినది భారతీయ విజ్ఞానము, భారతీయులచరిత్ర, భారతీయుల సాంప్రదాయములను గురించిన సత్యములను లోకమున కెరుకచేయ వీరు చేయుచున్న కృషి అపారము, అగాధమునైనది. పౌరాణిక విజ్ఞానమునంతటిని అవలోఢనము చేసి మనకు పాఠకులకు సులభముగా అవగాహన మగునట్లు శ్రీ వెంకటాచలంగారు వ్రాసిన కలిశక విజ్ఞానము మూడుభాగములు, ఆంధ్రులెవరు? ఆర్యుల ధృవనివాసఖండనము, మానవసృష్టి విజ్ఞానము మొదలయిన గ్రంథములను చదివి ఆనందించగల భాగ్యము నాకు లభించినది.

శ్రీ వెంకటాచలంగారు పర్గీటరు వ్రాసిన "The dynasties of the kali Age" అను గ్రంథములో తెలియక చేసిన పొరబాట్లనేకములను సవరించి పర్గీటరు కానాధారపడిన ఆ పురాణములనుండియే సరియైన భాగముల నుద్ధరించి చక్కగా వ్యాఖ్యానించి పర్గీటరు చేసిన ప్రమాదభూయిష్టములైన నిర్ణయములను సవరించి సత్యమును ప్రకటింపగలిగిరి. కలిశక విజ్ఞానమును సమస్తాంధ్రులును పఠించి తీరవలయునని నా అభిప్రాయము. అట్లే మనము నివసించు జంబూద్వీప విభాగనిర్ణయంలో శ్రీవారు చేసిన నిర్ణయము సర్వథాశ్లాఘ్యముగా నున్నది. ఆంధ్రులెవరు? అనువ్యాసము యింతకుపూర్వము చరిత్రకారులందరును త్రొక్కిన త్రోవను ద్రొక్కక క్రొత్తదృక్పథమును వెల్లడించుచున్నది ఆంధ్రుల నిజస్వరూప మిట్టిదని శ్రీ వెంకటాచలంగారీగ్రంథమున నిరూపించిరి. ధ్రువనివాస ఖండనమను గ్రంథము శ్రీ తిలక్ గారు రచించిన "The Arctic Home" అను ఇంగ్లీషు గ్రంథములోని విషయమునకు సప్రమాణమైన విమర్శనమై యున్నది. శ్రీ తిలక్ గారి గ్రంథములోని పాండిత్య విలంబమునకు వేదవిజ్ఞానపు లోతు తెలియని హూణపండితులు ముగ్ధులై జేజేలు పెట్టుచుండ అది కాదని అనేక ప్రమాణములతో నిరూపింప సాహసించి నిలిచిన ధీరులింతవరకును, శ్రీ వెంకటాచలం గారొక్కరే. "భారతీయశకము" లనెడి యీగ్రంథము చరిత్ర నిర్మాణమున కత్యంతోపయుక్తమైనది. వివిధ శక కాలములలో యిదివరకుండిన పొరబాట్లను చూపుచూ సరియైన కాలనిర్ణయములు సప్రమాణముగా యిందు నిరూపింపబడినవి. లోకములో ప్రబలముగ వ్యాపించిన అసత్య సిద్ధాంతముల నరికట్టి సత్యచరిత్ర నిరూపణమునకు కంకణము కట్టిన శ్రీ వెంకటాచలంగారి పాండిత్య గౌరవ మసాధారణమైనదని చెప్పుటకెట్టి సందేహమునులేదు. ఈ ధోరణిలో శ్రీవారు వ్రాసిన గ్రంథములెన్నియో గలవు. అవన్నియు నచిరకాలములో ప్రకటితములై ఆంధ్రులలో చరిత్రవిజ్ఞానవ్యాప్తికి తోడ్పడగలవని విశ్వసించుచున్నాను.

ఇట్లు,

అనంతపురము,
14–10–1950.

చిలుకూరి నారాయణరావు వ్రాలు
మహామహోపాధ్యాయ, కళాప్రపూర్ణ,
M. A. P. H. D L T.

ఇండియా గవర్నమెంటువారి ఆలిండియా రేడియో, విజయవాడ వారిచే ది 16–8–50 తేదీన 'ఆర్యవిజ్ఞాన గ్రంథముల'పై చేయబడిన సమీక్ష :—

కలిశక విజ్ఞానము

విజయవాడ వాస్తవ్యులగు బ్రహ్మశ్రీ కోట వెంకటాచల సిద్ధాంతిగారు రచించిన యుత్తమోత్తమ గ్రంథములలో కలిశక విజ్ఞానమొకటి. ఇది రెండుభాగముల బ్రచురితమయినది. వీరు తమ ప్రచురణములకు నార్యవిజ్ఞానమను పేరిడిరి. వానిలోనిది మూడవది.

కలిశక నిర్ణయము సర్వతోముఖముగా శాస్త్రమునకు ననుభవమునకు దగియున్నది. ఇది పాశ్చాత్యగణకుల కనురోధమే అగునుగాని విరోధము లేదనుటకు లాక్కై లీ యను ఫ్రెంచి ఖగోళశాస్త్రజ్ఞుని మతము కూడ నిందు సూచితమయినది. రామాయణము భారతమునకంటె నిటీవల రచింపబడినదను నేటి చరిత్రకారుల సంకుచిత దృష్టిని మన మనుసరించుటకంటె శోచనీయమైన స్థితి యింకొకటిలేదని వీరు సయుక్తికముగా నుడివిరి. ఈబోధమును చరిత్రకారులు గ్రహించినగాని మనము ప్రపంచమున దలయెత్తికొని దిరుగనేరమనుట నిశ్చయము. ఆర్థిక రాజకీయ దాస్యము మనల వీడినదిగాని భావ దాస్యశృంఖలను మనము త్రెకొ్కన నేరకున్నారమనుట నేటి స్వతంత్ర భారతదేశమున నెల్లెడల గానుపించుచున్నది. ఇది పరభాషావేషములు మననుండి పోవువరకును బోవదు...

కాళిదాసుని కాలము విక్రమశకము జ్యోతిర్విదాభరణమను జ్యోతిషగ్రంథ ప్రామాణ్యమున కలిశకము 3068, 3044 సంవత్సరములని వీరొనర్చిన సిద్ధాంతమను సరణీయము.

ఈ గ్రంథము రెండవ భాగమున పర్గీటరు వ్రాసిన కలిరాజ వంశములను గ్రంథమునగల దోసగులు, తదనుయాయులనదగు ప్రాచ్య పాశ్చాత్య రచయితల భారతదేశ చరిత్రముల దొరలిన దోసగులు విపులముగా జర్చింపబడినవి. ఈ నిర్ణయములబట్టి భారత చరిత్ర మరల

వ్రాయబడినగాని మనపూర్వచరిత్రము తద్విజ్ఞానము స్వచ్ఛముకానేరదు. ఆంధ్రుల పూర్వస్థితి ఈ గ్రంధకర్తగారు నిరతిశయోక్తికముగ వెల్లడించిరి. ఐతరేయమున పేర్కొనబడిన విశ్వామిత్ర శాపదగ్ధులయినవాని సంతానము వారిలో నంధ్రులొకజాతి యని ఇదివరకను కొనెడివారు. శాపమున బతితులయిన భ్రష్టులు ఆంధ్రులుకారు. యయాతి కొడుకగు ననువు వంశమున పదహారవవాడగు రోమపాదున కాంధ్రనృపతి సమకాలికుడు. ఈ యనువువంశముననే బలియను రాజు కలిగెను. ఆతని కుమారులు తండ్రి రాజ్యమును బంచికొనిరి. నాటినుండియు నంగ, వంగ, కళింగ, సుంహ్మ, పుండ్రాంధ్రరాజ్యములు రాజనామమున వెలసినవని వీరు చెప్పినది యుక్తిసహముగాయున్నది. ఆంధ్రరాజు పాలనమున గల రాజ్యమాంధ్రరాజ్యము. అందలి వారాంధ్రులు కావున నైతరేయ ప్రమాణముల లభ్యమగు నాటవికజాతి యంధ్రులనియు, నాంధ్రులము మనమనియు, మన రాజాంధ్రనాముడనియు దన్మూలమున మన జాతి యాంధ్రజాతియైనదనియు, నీజాతి దశరథునాటినుంటియు రాజ్యము చేయుచున్న జాతియని వీరు చక్కగా ప్రతిపాదించినారు. వీరిట్టి గ్రంథములనింకను వ్రాయ దైవము వీరికి బురుషాయుషముతో బాటారోగ్యైశ్వర్యముల ప్రసాదించుగాక! ఇత్యాది.

শ্রীবৈকুণ্ঠ

గుప్తరాజు లెవరు?

—//—

గుప్తరాజులు వైశ్యులా?

గుప్తరాజులు క్షత్రియులని మాచే ప్రకటింపబడిన "కలిశక విజ్ఞానము" తృతీయ భాగమున వ్రాసియుంటిమి. దానిని చూచి మా మిత్రులు 'కవికేసరి' శ్రీ అద్దేపల్లి సత్యనారాయణగారు "గ్రంథ సమీక్ష" యను పేరున విజయవాడనుండి వెలువడుచుండిన "భారతీయవైశ్య" అను పత్రిక 1950 సం॥ మార్చి, ఏప్రియలు, మే నెల సంచికలలో వ్యాసములు వ్రాసియుండిరి. అందు మార్చి నెల సంచిక మాత్రము పత్రికాధిపతిగారు మాకు పంపియుండిరి. మిగత రెండు సంచికలు పంపబడలేదు. మార్చిసంచిక వ్యాసముచివర "సశేషము" అని వున్నందున వారి వ్యాస మంతయు పూర్తి యైన పిమ్మట జవాబు వ్రాయవచ్చునని యూరకుంటిమి. కాని, తరువాత పత్రికలు చేరియుండలేదు. ఇట్లుండగా బందరులో శ్రీ మోటమర్రి లక్ష్మీనారాయణగారను నా బాల్యమిత్రు లొకరు మే ముభయులము కలిసిన సందర్భములో శ్రీ సత్యనారాయణగారు తమను కలిసి యుండినట్లున్నూ, గుప్తరాజులను గురించి మాచే కలిశకవిజ్ఞానములో వ్రాయబడిన విషయము ప్రస్తావించినట్లున్నూ చెప్పుచూ, గుప్తరాజులు వైశ్యులై యుండగా క్షత్రియులని యేల వ్రాసితిరని ప్రశ్నించిరి. అందుమీద నే నిట్లంటిని. "నేను చదివినదానిని బట్టి నే నట్లు నిశ్చయించితిని. ప్రమాదమైతే కావచ్చును. గుప్తరాజులు "వైశ్యులు" అని ఋజువు చేయదగిన చరిత్ర లేమైనను శ్రీ అద్దేపల్లి సత్యనారాయణగారి వద్ద యుండిన తెప్పింపుడు. గుప్తరాజులు వైశ్యులని చెప్పుటకు బలమైన సాక్ష్యము దొరకిన నేను వెంటనే మార్చుకొని మా గ్రంథమున మార్పులు చేయుదు" మని చెప్పియుంటిమి. వారు వారికి వ్రాసి తెప్పించెదమని చెప్పిరి; గాని వారి స్వంతకార్యభారముచే వారట్లు వెంటనే చేయలేక పోయిరి. పిమ్మట నెలరోజు

లలో కొండుసాప్లు వారిని కలిసికొని వ్రాయమని కోరితిని. నాకెప్పటి కప్పుడు తప్పక లేఖ వ్రాయుదుమని చెప్పియుండిరి. 25-5-50 తేదీన మేము బందరులో (శ్రీ) లక్ష్మీనారాయణగారింటికి వెళ్ళి వారిని కలుసుకొని వారిదగ్గర కూర్చుండి వారిచే (శ్రీ) అద్దేపల్లి సత్యనారాయణగారికి పత్రము వ్రాయించితిమి. తిరిగి విజయవాడ నుండి ది 31-5-50 తేదీన వక కార్డువ్రాసి యుంటిమి. అందుమీద వారీ దిగువ విధముగా జవాబిచ్చి యుండిరి.

(శ్రీ) కోల వెంకటచలంగారు,గాంధీనగరం,విజయవాడ. మండపల్లి.
5-6-50.

మహాశయా!

మీరు 31-5-50 తేదీన. (శ్రీ) మోటమర్రి లక్ష్మీనారాయణ గారు ది 25-5-50 తేదీన వ్రాసిన జాబు లందినవి. కలిశకవిజ్ఞానమును గురించి భారతీయవైశ్యలో వక వ్యాసమేకాదు మూడు వ్యాసములు మార్చి, యేప్రియల్, మే సంచికలలో వరుసగ ప్రకటించితిని. అవి తామే చూడండి. గుప్తచక్రవర్తులను గురించి [illegible] తుంపూడి భగవంతగుప్తగారిచే స్థాపింపబడిన వాసవిపత్రికలు ముఖ్యముగ 9వ సంపుటము చూడండి. ఇతర సంపుటములందును వైశ్యధర్మప్రకాశికయందును శాసనాదులు ప్రకటింపబడెను.

అద్దేపల్లి సత్యనారాయణ.

అని వ్రాసియుండిరి. అందుమీద మేమువిజయవాడలోని (శ్రీ) భ్రమరాంబా మల్లేశ్వర గ్రంథాలయమునకు వెళ్ళి విచారించగా అచ్చట వాసవి పత్రిక తొమ్మిదవ సంపుటమును వైశ్య ధర్మప్రకాశిక యను గ్రంథమును గ్రంథాలయ మేనేజిమెంటువారు దయతో యిచ్చియుండిరి. దానిని చదివి వివరములు వ్రాసుకొంటిమి. భారతీయవైశ్య పత్రిక ఆఫీసుకు వెళ్ళి యేప్రియలు, మే సంచికలు వారినడిగి తీసుకొంటిమి. ఆ పత్రికలు మూడింటిలోను గల (శ్రీ) అ॥ స॥ గారి వ్యాసములను మూడిటిని ఆసాంతము చదివితిమి. గుప్తచక్రవర్తులు క్షత్రియు

లని వ్రాసినందుకును, బ్రాహ్మణులు రాజ్యములు చేసిరనెడి చరిత్రాంశమునకు సహించలేకను మా మిత్రులు కవికేసరి గారాగ్రహించి వ్రాసిన వ్యాసములుగా విదితమైనది. గుప్తచక్రవర్తులు వైశ్యులని వాదించువారున్నారని మాకు కలిశకవిజ్ఞానము అచ్చువేయు నాటికి తెలియదు. తెలిసిన మాకు దొరకినబుజువుతో వ్రాసియుందుము. శ్రీ కవికేసరిగారి దృష్టిలో గుప్తచక్రవర్తులు క్షత్రియులని గ్రంథకర్త వ్రాయుట మహాపరాధముగా పరిగణించినందువలన ఆ వ్యాసములు అసూయా ద్వేషములతో గూడి జాతి దూషణపూరితములై యున్నవి. అవి గుప్తరాజుల జాతి యిదమిద్ధమని స్థిరపరచుటకుగాని లేక క్షత్రియులను వాదనను ఖండించుటకుగాని లేక వైశ్యులేనని నిర్ణయించుటకుగాని పనికివచ్చుస్థితిలో వుండియుండలేదు. అవి పరస్పర విరుద్ధములై యుక్తి యుక్తములుకాని వాక్యములతో చరిత్ర తెలియనివారిచే వ్రాయబడినటుల స్పష్టముగా గనుపించుచున్నవి. వారి గ్రంథసమీక్ష వ్యాసములోని (ది 30-3-50 తేదీగల భారతీయ వైశ్యలోనివ్యాసము) యొక విషయమును మాదిరి తెలియుటకు యిచ్చుచుంటిమి.

“అలెగ్జాండరు చంద్రగుప్తునితో యుద్ధమొనర్చి యోడి కొంత రాజ్యమును. తన కూతురును యిచ్చి సంధిచేసికొనిరని చరిత్రయందు గలదు. ఇందు చంద్రగుప్తుడు గుప్తవంశస్థుడైన క్షత్రియుడనుటయు 198 పుటలోని తోమరవంశ వృక్షమున చంద్రగుప్తుని చూపుచు సముద్రగుప్తుని చూపకుండుటయు వింతగయున్నది” అని కవికేసరి శ్రీ అద్దేపల్లి సత్యనారాయణగారు వ్రాసి యుండిరి. ఈ వాక్యములో వీరికి చరిత్రజ్ఞాన మెంతగలదో స్పష్టపడుచున్నది,

అలెగ్జాండరుతో చంద్రగుప్తుడు యుద్ధము చేయుట అలెగ్జాండరు ఓడింపబడుట కుమార్తెనిచ్చి సంధిచేసికొనుట చరిత్రలయందెచ్చటను గానరాదు. (అది సెల్యూకసు విషయం) ఇదివరకుండిన చరిత్ర ప్రకారం అలెగ్జాండరు భారతదేశమునుండి తన దేశమునకు తిరిగిపోవుచు దారిలో “బాబిలోన్ నగరములో క్రీ॥పూ॥ 323

సం॥లో చనిపోయెను. అటుపిమ్మట చంద్రగుప్తుడు క్రీ॥పూ॥ 321 సం॥రములో రాజ్యమునకు వచ్చియున్నాడు ఆ పిమ్మట 16 సం॥రములకు క్రీ॥ పూ॥ 305 సం॥రములో భారతదేశముమీదకు సెల్యూకసు "అనువాడు దండెత్తిరాగా ఆతనితో యుద్ధమొనర్చి యోడించెను. సెల్యూకసు చంద్రగుప్తునితో రాజీపడి తనకుమార్తె నిచ్చియున్నట్లు చరిత్ర చెప్పుచున్నది.

(ఇ. జె. రాప్సన్ చే వ్రాయబడిన కేంబ్రిడ్జి ఆఫ్ ఇండియా 471, 472, 698 పుటలు చూడుడు.) ఇకను తోమరవంశ వృక్షములో మొదట చంద్రగుప్తుడు యీతని కుమారుడు రెండవ చంద్రగుప్తుడు అను యిద్దరు చంద్రగుప్తులుండిరి. అందులోని మొదట చంద్రగుప్తుని తరువాత సముద్రగుప్తుని చూపకపోవుట వింతగనున్నదని కవికేసరిగారు వ్రాసియున్నారు.—చరిత్ర తెలిసినవారి కిది అపహాస్యముగా నుండు నని వేఱు జెప్పనక్కరలేదు. తోమరవంశము బ్రహ్మక్షత్రవంశము. ఆ వంశములో వచ్చిన చంద్రగుప్తుడు క్రీ. శ. ఆరవ శతాబ్దములోని వాడు. సముద్రగుప్తుడు గుప్తవంశ క్షత్రియుడు. క్రీ.పూ. 3వ శతాబ్దములోనివాడు. ఇట్టి స్థితిలో తోమర వంశవృక్షములో గుప్తవంశ వృక్షములోని పురుషు డెట్లుండును? అదియుగాక గుప్త చంద్రగుప్త, సముద్రగుప్తులకు పిమ్మట యెనిమిదివందల సంవత్సరములకు తోమరవంశములోని చంద్రగుప్తుడు వచ్చియున్నాడు. ఇంత తేడాగాయుండిన కాలమును కూడా కవికేసరిగారు యీ చరిత్రలో గుర్తింపలేకపోయినందుకు విచారించుచుంటిమి. ఇట్టి అసంగత ప్రసంగములతో గూడిన కుతర్కములచే తమ అసూయా ద్వేషముల బ్రకటించుకొనుచుండిరి. చరిత్ర తెలియకపోతే బాగుగా చదువుకొని గ్రంథమందు చారిత్రక విషయములలో పొరబాట్లున్నట్లు కనుబడిన వాటిని పొరబాట్లని చూపుచు సత్యమేదియో నిర్ణయించి తెలియజెప్పుట న్యాయముగాని చరిత్రకు విరుద్ధమైనను తమకు యిష్టముగా నుండునట్లు చరిత్రలో వ్రాయబడ నందున చరిత్ర వ్రాసినవారిని, వారిజాతిని, చరిత్రను దూషించుచు గ్రంథసమీక్ష యను పేరున తమ అజ్ఞానముతో

కూడిన చరిత్ర విరుద్ధమైన విషయముల నెత్తి వార్తా పత్రికలందు వ్యాసములు వ్రాయుటేమి న్యాయము? గుప్తచక్రవర్తులు వైశ్యులైనయెడల దానిని ఋజువు చేయగల ప్రమాణములతో వ్యాసములుగాని, గ్రంథములుగాని వ్రాసియుండిన అవి యుక్తి యుక్తముగా నుండినచో శిరసావహించి పొరపాట్లను సవరించుకొనుట కవకాశ మిచ్చెడిది కదా! అట్టిదేమియు చేయక ఊరక దూషణ వాక్యములతో వ్యాసములను వ్రాసి ప్రకటించినందుకు కవికేసరిగారికి మా తీవ్రమైన అసమ్మతిని తెలుపుచున్నాము. గుప్తరాజులు వైశ్యులైనయెడల మేము సంతోషముగా వ్రాసియుందుము. ఇదివరకు మామూలుగా చరిత్రలలో మనము చదువని యొక వైశ్యరాజవంశము నతికష్టముమీద పరిశోధించి ఆ గ్రంథములో ప్రకటించి యుంటిమి. కవికేసరిగారు దాని నెత్తి యొక మంచి మాటైనను మాటాడియుండ లేదు. గుప్తరాజులకు పేర్ల చివర "గుప్త" పదముండుటచేత వారందరు "వైశ్యు" లని చెప్పబడవలయునని వారి తాత్పర్యముగా కనుబడుచున్నది. ఆ విచారణ యీ గ్రంథములో ముందు చేయబడును. వారి మూడు వ్యాసములలోని వ్రాతయంతయు పైన చూపబడిన విధమున అచారిత్రకము, పరస్పర విరుద్ధము జాత్యంతర దూషణము, అసూయ, ద్వేషము, మొదలగు వానితో కూడిన విషయములతో నిండియున్నందున వాటిని వివరించుట వృథాప్రయాసమని వాటినుపేక్షించితిమి. పృథ్వీరాజు సంయుక్తల వివాహ విషయము నెత్తి యింకొక విధముగా కవికేసరిగారు జాతిదూషణ మొనర్చిరి. అది కల్పిత గాథ కావచ్చుననిరి. అది పురాణములలోను పూర్వ చరిత్రలలోను చెప్పబడిన విషయముగాని కల్పితము కాదు. మేనమామ కూతురును విధిగా చేసుకొనెడి ఆచారము ఆంధ్రులలో గలదు. ఇది శాస్త్రనిషిద్ధము. ఆంధ్రులు తప్ప భారతదేశములో యే రాష్ట్రమువారు నాచరింపరు. తన తండ్రి గోత్రములో (అనగా తన గోత్రము) కన్య తనకెటుల వివాహమున కర్హురాలు కాదో అటులనే ఉత్తరదేశములో తండ్రిగోత్రములో

పాటు తల్లిపుట్టినగోత్రములోనికన్యను వివాహమాడరు. (అనగా మేన మామ కూతురు) తల్లి, తండ్రిగోత్రములకు చెందని యితర గోత్రముల వారికే కన్యల నిచ్చెదరు.—అందువలన జయచంద్రుని తల్లి పృధ్వీరాజు తల్లి (అప్పచెల్లెండ్రు) వేరువేరు గోత్రమువారి కివ్వబడి యందున అన్యగోత్రికుల పిల్లగనుక పెత్తల్లి మనుమరాలిని చేసికొనుట వారికి ఆచారమై యుండవచ్చును. మనము మేనమామ కూతురు శాస్త్రదృష్ట్యా దూష్యమైనను చేసుకొను ఆచారమును గలిగి యుంటిమి. పెత్తల్లి మనుమరాలను వివాహమాడుట వారికి దూష్యము కాకపోవచ్చును. లేక దూష్యమైనను ఆచారము కావచ్చును. పూర్వులచే చేయబడిన కార్యములను చెప్పుటయే చరిత్రలక్షణముగాని దానిలోని శాస్త్రవిషయకమైన దోషా దోషములు నెంచుట చరిత్రకారుని పనికాదు. మంచియో, చెడుగో జరిగిన దానిని జరిగినట్లు తనకు తెలియవచ్చినంతవరకు వివరించుట చరిత్రకారుని కర్తవ్యము. అట్లే పై విషయములోను వ్రాయబడినది.

మనమిప్పటికిని మేనమామ కూతురును వివాహ మాడుచుంటిమి. గనుక పై విషయము నాక్షేపించుటకు మన కధికారము లేదు. పై విషయమును కవికేసరిగా రారోపించినటుల కలికలవిజ్ఞాన తృతీయభాగమున గల చరిత్రలో పొరబాటుగాని కల్పితముగాని లేదు. అందుకు ప్రమాణమును దిగువ చూపుచుంటిమి.

పృధ్వీరాజు జయచంద్రుల సంబంధము

శ్లో॥ ఇంద్రప్రస్థేఽనంగపాలో నపత్న్యాశ్చ మహీపతిః।
పుత్రార్థంకారయామాస శైవం యజ్ఞం విధానతః ॥ ౧॥

,, కన్యకేచ తదాజాతే శివభాగప్రసాదతః।
చంద్రకీర్తిశ్చ జ్యేష్ఠావైద్వితీయా కీర్తిమాలినీ ॥ ౨ ॥

,, కాన్యకుబ్జాధిపాయైవ చంద్రకాంతిం పితాదదత్ ।
దేవపాలాయ శుద్ధాయ రాష్ట్రపాలాన్వయాయచ ॥ 3 ॥

శ్లో॥ సోమేశ్వరాయ భూపాయ చపహాని కులాయచటు ।
అజమేరాధిపాయైవ తథావై కీర్తిమాలినీం ॥ ౮ ॥

,, — — — చంద్రకాంత్యాఃసుతోఽభవత్
జయచంద్ర ఇతిఖ్యాతో మహాబాహు ర్జితేంద్రియః ॥ ౯ ॥

,, త్రయశ్చ కీర్తిమాలిన్యాం పుత్రాజాతో మదోత్కటాః ।
దుంఢకారశ్చ ప్రథమ స్తతః కృష్ణకుమారకః ।
పృథివీరాజ ఏవాసౌ తతోనుజ ఇతిస్మృతః ॥ ౧౦ ॥

,, ద్వాదశాబ్ద వయఃప్రాప్తః సింహాఖేల స్తతోఽభవత్ ।
శృత్వా చానంగపాలశ్చ తస్మై రాజ్యం స్వయంపదౌ ।
గత్వాహిమగిరిం రమ్యం యోగధ్యాన పరోభవత్ ॥ ౧౧ ॥

,, మథురాయాం దుంఢకారోఽజమేరేచ తతోనుజః ।
రాజా బభూవ నీతిజ్ఞస్తౌ సుతౌ పితురాజ్ఞయా ॥ ౧౨ ॥

,, స్వర్గతేఽనంగపాలేతు భూమిరాజో మహీపతిః ॥ ౧౩ ॥

తా॥ ఇంద్రప్రస్థమందు సంతాన హీనుడైన అనంగపాలుడనెడి రాజు గలడు. ఆతడు సంతానముకొరకు "శైవ" మను యజ్ఞము నొనర్చెను. అందువలన వాని కిద్దరు కుమార్తెలు గలిగిరి. జ్యేష్ఠ కుమార్తె పేరు "చంద్రకీర్తి" రెండవ కుమార్తె పేరు "కీర్తిమాలినీ" కన్యాకుబ్జమునకు రాజైన రాష్ట్రపాల వంశీయు డగు "దేవపాల" యనెడి రాజునకు "చంద్రకీర్తి"నిన్ని, అజ్మీరురాజున్ను చపహానీ శాఖీయుడును నగు సోమేశ్వరునికి "కీర్తిమాలిని" నిన్ని యిచ్చి వివాహ మొనర్చెను బాహుబలుడును జితేంద్రియుడు నగు జయచంద్రుడను కుమారుడు "చంద్రకాంతి" యనెడి జ్యేష్ఠ పుత్రికకు కలిగెను. (ఈమెకు రత్నఖానలు డను రెండవ కుమారుడు కూడా జన్మించెను.) కీర్తిమాలినీ యనెడి ద్వితీయ కుమార్తెకు 1. దుంఢకార 2. కృష్ణకుమారక 3. పృథ్వీరాజు యనెడి ముగ్గురు కుమారులు గలిగిరి. అందు పృథ్వీరాజు పంన్రెండు సంవత్సరముల యీడున సింహములతో ఆటాడు చుండెడివాడు. దానిని తెలిసి మాతామహుడైన

అనంగపాలుడు తనకు వేరు కుమారులు లేనందున తన ఢిల్లీ రాజ్యమును పృథ్వీరాజున కిచ్చి తాను హిమాలయమునకు తపం బొనర్ప బోయెను. మధురలో ధుంధుమారుడును, అజ్మేరులో కృష్ణకుమారుడును ఇండ్రియాజ్ఞచే రాజులైరి, అనంగపాలుడు స్వర్గస్థుడు కాగా నే పృథ్వీరాజు ఇంద్ర ప్రస్థమందు రాజాయెను-మాతామహుడైన అనంగపాలుని ఢిల్లీరాజ్యము (ఇంద్రప్రస్థము) పెద్దకుమార్తె కుమారుడైన తనకు సఖభాగము రావలసియుండగా అట్లీయక యావత్తు రాజ్యమును రెండవకుమార్తె కుమారుడైన "పృథ్వీరాజు" కీయబడినందుకు జయచంద్రుడు డాగ్రహించి పృథ్వీరాజుయందు వైరమును బూనియుండెను-(పృథ్వీరాజు, జయచంద్రులు అప్పచెల్లెండ్ర కుమారులు)

శ్లో॥ "ఏవంజాతం తయోర్వైర మగ్నివంశప్రణాశనం ॥ (౩౮)

తా॥ ఈ ప్రకార మేర్పడిన వైరము అగ్నివంశ (బ్రహ్మక్షత్రవంశము) నాశనమునకు కారణమయ్యెను. అని పురాణము చెప్పుచున్నది. (భవిష్య మహాపురాణం ప్రతిసర్గ పర్వం. కలియుగ భూపవర్ణనం 35వ అధ్యాయం)

పై ప్రమాణమును బట్టి పృథ్వీ రాజుకు జయ చంద్రుని కుమార్తె యైన "రాణీ సంయుక్త" పెత్తల్లి మనుమరాలగును. (కొడుకు కూతురు) తన తల్లికి (తోడబుట్టువగు) అన్నగారి కూతురును వివాహమాడుట కంటె తన తల్లికి తోడబుట్టిన అప్పగారి కుమారుని కుమార్తెను చేసుకొనుట హెచ్చు దోష యుక్తము కాదేమో నని తోచుచున్నది. లేక మనవలెనే వారికిని శాస్త్ర దూష్య విషయము ఆచారము కావచ్చును. సమానాచారములు గల వుభయు లొకరి యం దొకరు దోషము లెంచుకొనుట తగని పని. పురాణములలోని యీ కథ ననుసరించి పూర్వ చరిత్రకారులు వ్రాసియుండిరి. వారి ననుసరించి కె. వి. లక్ష్మణరావుగారు తమ మహమ్మదీయ యుగములో వ్రాసియుండిరి. వాటి నన్నింటి ననుసరించి కలిశక విజ్ఞాన గ్రంధకర్తయు వ్రాసి యుండెను. పురాణ

జ్ఞానము గాని చారిత్రిక జ్ఞానముగాని లేకనే పై పృథ్వీరాజ-సంయుక్తల వివాహసంబంధమును పురస్కరించుకొని యితరుల నిందించుట యీ కవికేసరిగారికి తగదని మనవి చేయుచుంటిమి. "కవికేసరి" బిరుదు పొందినవారు "కేసరి" (సింహము) వలెనే గంభీరులై యుండుట నీతిగాని తెలియని విషయములందు ప్రవేశించి అక్రమముగా యితరులను దూషించెడి పనికి దిగుట నీతి కాదని విన్నవించుచుంటిమి.

గుప్తచక్రవర్తుల జాతి నిర్ణయము చేయుటకు అనేక చరిత్ర గ్రంథములును, గుప్తచక్రవర్తుల శాసనములు, నాణెములును పరిశోధింప బడినవి. కాని వాని అన్నిటిలోను గుప్తచక్రవర్తుల నాణెములు, శాసనములె హెచ్చుగా వారి జాతిని స్పష్టము చేయుచున్నవి. వాటి విచారణ ముందు గ్రంథమున చేయబడును. చారిత్రిక విషయముల పరిశోధించి యొక నిర్ణయమునకు వచ్చుటలో ప్రమాద ముండవచ్చును. అంతమాత్రమున దూషణపాత్రము కాకూడదు. విచారించెడి విషయమునకు సంబంధించిన చారిత్రకాధారములన్నియు విచారణకు దేబడినవా లేదా యను విషయమును విచారించి గ్రంథకర్తకు దొరకని విషయము లుండిన వాని నందించి చారిత్రిక విషయమును సరిచేయ ప్రయత్నించుట న్యాయము. అట్టిదేమియు కవికేసరిగారొనర్చి యుండలేదు.

సంయుక్త జననరహస్యము:—

ఇదిగాక "సంయుక్త" జననమునుగురించి యొక రహస్యమును పురాణము వివరించుచున్నది. ఆపురాణ వాక్యముల దిగువ జూపుచుంటిమి :— భవిష్య మహాపురాణం ౩ ఖండం 6 అధ్యాయములో

శ్లో॥ "జయచంద్రస్య భూపస్య యోషితః షోడశాభవన్।
తాసాం నతనయో హ్యాసీ త్పూర్వకర్మ విపాకతః॥ ౧ శ్లోకం.
,, గౌడ భూపస్య దుహితా నామ్నా దివ్య విభావరీ।
జయచంద్రస్య మహిషీ తద్దాసీ సురభానవీ ॥౨॥

శ్లో॥ రూపయౌవన సంయుక్తారతికేళి విశారదా।
దృష్ట్వాతాంసనృపః కామీ బుభుజే స్మరపీడితః ॥౬॥

,, తస్యాంజాతా సుతా దేవీ నామ్నాం సంయోగినీశుభా।
ద్వాదశాబ్దవయః ప్రాప్తా సాబభూవ వరాంగనా ॥౭॥

,, తస్యాః స్వయంవరే రాజాహ్వాయ్య భూపాన్మహాశుభాన్।
భూమిరాజస్తు బలవాన్ర్చుత్వా తద్రూపముత్తమం ॥౮॥

తా॥ జయచంద్రుడను రాజుకు పదహారుగురు భార్యలుండిరి. వారి కెవరికిని పూర్వజన్మకర్మ విపాకమువలన సంతతి లేకుండెను. అందు గౌడదేశపు రాజు కుమార్తె "దివ్యవిభావరీ" యనునామె గలదు. ఆమెకు "సురభాసవి" యనెడి దాసీగలదు. ఆ దాసీనుంచి రూపముగలిగి నవయౌవనయై, రతికేళీచాతుర్యురిగలిగినదై యుండెను. ఆదాసీ నొకనాడు రాజుచూచినవాడై కామపీడితుడై దానిని పొందెను. ఆవెంటనే నాదాసీ గర్భముదాల్చి నవమాసములునిండిన పిమ్మట యొకకుమార్తెను కనెను. ఆకుమార్తెకు "సంయోగినీ" (లేః సంయుక్త)యని పేరిడిరి. ఆబిడ్డకు పండ్రెండు సంవత్సరములు నిండిన వెంటనే ఆమె వివాహమునకు స్వయంవరము చాటించి రాజు లందరకును శుభవర్తమానముల నంపిరి. బలవంతుడైన పృథ్వీరాజు సంయుక్త యొక్క రూపమునువిని ఆమె నెత్తుకొనిపోవ యత్నించెను. అందువలన వారిద్దరి మధ్యను శతృత్వము పెరిగెను. ఈ విరోధమువలన గలిగిన యుద్ధములలో దేశములోని రాజులందరు చాలవరకు నశించిరి.— "సంయుక్త జననరహస్యమువలన పృథ్వీ రాజు సంయుక్తల సంబంధము కలిసియుండవచ్చును.

కవికేసరి శ్రీ అద్దేపల్లి సత్యనారాయణగారిచే "వాసవిపత్రిక" తొమ్మిదవ సంపుటము (1934–35 సం॥ భావసం॥) ఆషాఢమాససంచిక 140 పుటలో మౌర్య చంద్రగుప్తుని గురించి యిట్లు వ్రాసియుండిరి.

"పాటలీపుత్రరాజగు 'సర్వార్థసిద్ధి' యనువాని కిరువురు భార్యలు గలరు. మొదటిభార్య క్షత్రియజాతి స్త్రీ. ద్వితీయభార్య స్వకులస్త్రీ యగు మురాదేవి. అన్యకులస్త్రీయగు ప్రథమభార్యకు పుత్రులుండినను సర్వార్థసిద్ధి స్వకులపత్నియగు మురాదేవి కుద్భవించిన చంద్రగుప్తునకు రాజ్యము నొప్పజెప్పెను. క్రీ. పూ. 322 సం॥రమున చంద్రగుప్తునకు పట్టాభిషేకమయ్యెను".

"సర్వార్థసిద్ధికి రెండుకులములకు జెందిన యిరువురు భార్యలుండుటయు, ఆ యిరువురు సంతానవతు లగుటవలన రెండు శాఖలుగ బిలువబగుచుండెను. మురశబ్దము రానురాను మౌర్యమై మురాదేవి సంతానమునకు 'మౌర్య' చిహ్నము నామములందు చేర్చుచుండిరి". అని వ్రాసియుండిరి. కాని సర్వార్థసిద్ధి యేజాతికి చెందినవాడైనది వ్రాయక గోప్యముగా నుంచిరి. క్షత్రియుడు కాడని వారి వ్రాతయే చెప్పుచున్నది. శూద్ర వంశజుడని యెంచిన వారు చెప్పియే యుందురు. తెలియనివా రందరు అతడు వైశ్యుడని యెంచబడవలయునని వారి యుద్దేశ్యమై యుండవచ్చును చంద్రగుప్త శబ్దమువలన మౌర్యవంశము వైశ్యజాతివారని ఆ వంశ కథనము నెఱుగనివారు భ్రాంతిపడి వారు వైశ్యులని యెంచుటకనుకూలముగా వ్రాసియుండిరని కొందర భిప్రాయపడవచ్చును.

మౌర్యచంద్రగుప్తుని తండ్రి మహాపద్మనంద యని అందరెరింగినదే. అతడు భారతయుద్ధానంతరం మగధసామ్రాజ్యము నేలిన బార్హద్రథవంశపు రాజులు 22, ప్రద్యోతులు 5, శిశునాగులు 10 వెరశి ముప్పదియేడుగురిలో ఆఖరువాడగు మహానందికి శూద్రభార్యయందు జన్మించినవాడని పురాణములు చెప్పుచున్నవి. ఇటీవలి చరిత్రకారు లట్లే వ్రాసియుండిరి. అతనికి 'సర్వార్థసిద్ధి' యని వేరొక పేరున్నట్లు పురాణములలో యీ గ్రంథకర్త చూచినంతవర కెక్కడను కనుపించదు. చరిత్రకారు లేరును వ్రాసినట్లు తెలియబడ లేదు. అందువలన కవికేసరిగారికీ గ్రంథకర్త యీ విధముగా వుత్తరము వ్రాసియుండిరి.—

గాంధినగరం, విజయవాడ,
ది 9 – 6 – 50.

"ఆర్యా! మీరు వ్రాసిన ది 5-6-50 గల కార్డు అందినది. భారతీయవైశ్య మార్చి సంచిక మాత్రం పంపబడినది. ఏప్రిల్, మే నెలల సంచికలు పంపబడలేదు. అందువల్ల వారి ఆఫీసుకు వెళ్లి ఆ రెండు సంచికలు తీసుకొని స్వంతముగా చదివినాను. వైశ్యధర్మ ప్రకాశిక లోని శాసనములు చూచినాను. వాసవి పత్రికలు 9వ సంపుటము చూచినాను. అందు భావ సం॥ ఆషాఢమాస సంచికలో 140 పుటలో చంద్రగుప్తునిగురించి మీచే వ్రాయబడిన వ్యాసమును చూచితిని. మిగత వ్యాసములన్నియును చూచితిని. అందులో వుదహరింపబడిన 'సర్వార్థసిద్ధిరాజు' ఎవరు? మౌర్యచంద్రగుప్తుని తండ్రిపేరు 'మహాపద్మనంద' అనియు; అతడు శిశునాగవంశములో ఆఖరురాజు మహానంది కుమారుడనియు పురాణములలో చదివియుంటిమి. ఆ మహాపద్మనందకే 'సర్వార్థసిద్ధి' యని వేరొక నామమున్నదా? లేక యితడు వేరా? ఒకడైన సరే, వేరైన యీకథ మీ రేగ్రంథమునుండి తీసుకొంటిరో దయచేసి తెలుపుడు. ఆ గ్రంథము దొరకుచోటును కూడా తెలుప ప్రార్థన. జవాబు.—

చిత్తగించవలెను.
కోట వెంకటాచలంగారు."

అని వ్రాసియుంటిమి — కాని అందుకు కవికేసరిగారు మౌనమును వహించిరిగాని యెట్టి జవాబును యిచ్చినవారు కారు.

తిరిగి ది 22-6-50 తేదీన కవికేసరిగారికి యీ దిగువ విధమున కార్డు వ్రాసి యుంటిని.

ఆర్యా!

తమకు 9-6-50న "సర్వార్థసిద్ధి" యను రాజెవరో తెలుపుడని కోరుచు కార్డు వ్రాసియుంటిని. జవాబు వ్రాయించలేదు.

"గుప్తరాజులు వైశ్యు"లని ఋజువుపరచు ఆధారములు గల గ్రంథము లింకేమైనను గలవా? ఉన్నయెడల దయచేసి తెలుపుడు. (మీరు సూచించిన వాసవి పత్రికల 9వ సంపుటము, వైశ్యధర్మ ప్రకాశిక యను వానిని చూచితినని మీకు ది 9-6-50 వుత్తరములో వ్రాసియున్నాను.) దయచేసి త్వరలో జవాబు వ్రాయించ ప్రార్థన.

అని కార్డు వ్రాసియుంటిని. కాని కవికేసరిగా రేమియు సమాధాన మిచ్చియుండలేదు. అందువలన ఆఖరు వుత్తరముగా ది 27-6-50న యింకొక వుత్తరము విపులముగా వ్రాసి కవరులో పోష్టుద్వారా పంపియుంటిని. ఆ వుత్తరములో గల ముఖ్య విషయములు దిగువ వ్రాయుచుంటిమి.

ఆర్యా!

నా రెండు వుత్తరములకు జవాబు వ్రాయించినారు కారు. దయచేసి యీ దిగువ విషయములకు మీకు తెలిసినంత వరకు పూర్తిగా వివరములు వ్రాయించగలరు.

1. సర్వార్థ సిద్ధి యెవరు? (9-6-50 వుత్తరములో వ్రాసినది)
2. వైశ్యధర్మప్రకాశిక, వాసవి పత్రికలు గాక యింకే గ్రంథములైనను గుప్తరాజులు వైశ్యులని చెప్పతగినవి కలవా? వాటిని వ్రాయించుడు.

   (ది 22-6-50 వుత్తరములో కోరిన వివరములు)
3. వాసవి పత్రికలలో మీరు ప్రకటించిన (9వ వాల్యూం 212వ పేజీలో) వ్యాసములో మొదటిచంద్రగుప్తుడు "నేపాలు దేశము నేలు లిచ్ఛవి తెగవారి కన్యను కుమారదేవిని వివాహమాడెను." అని వ్రాసియున్నారు. ఈ లిచ్ఛవీ తెగనారు వైశ్యులా? క్షత్రియులా? నేపాలు దేశము నెన్నడైనను వైశ్యరాజులు పరిపాలించిరా? ఈ వివాహము సజాతీయ వివాహమా? లేక విలోమ సాంకర్య వివాహమా? వివరములు వ్రాయించుడు.

4. వాసవి పత్రిక 9వ సంపుటం 232వ పేజీలో మీరు రెండవ చంద్రగుప్తుని మథురలోని శిలా శాసనమును ప్రకటించి యున్నారు. అందులో—

"సర్వరాజోచ్ఛేత్తుః"— — — మహారాజ శ్రీ ఘటోత్కచపౌత్రస్య మహారాజాధిరాజ శ్రీ చంద్రగుప్త పుత్రస్య లిచ్ఛవిదౌహిత్రస్య మహాదేవ్యాంకుమార దేవ్యాముత్పన్నస్య — — — — — — — — — శ్రీ సముద్రగుప్తస్య పుత్రేణ శ్రీ చంద్రగుప్తేన॥

అనియున్నటుల శాసనములలోని సంస్కృత వాక్యములనే యిచ్చి యుంటిరి. కాని వైశ్యధర్మ ప్రకాశిక 90 పుటలో యీ శాసనమునకీయబడిన ఇంగ్లీషు తర్జుమాలో యీవాక్యముదహరింపబడలేదు. వైశ్యధర్మ ప్రకాశికలో ప్రకటింపబడిన గుప్తరాజశాసనములందు గాని, నాణెములందుగాని యీ "లిచ్ఛవీ సంబంధముగల వాక్య మొక్కటియు కనుపించుటలేదు. మీచే ప్రకటింపబడినవానిలో "లిచ్ఛవీ" సంబంధముగలవాక్యము లున్నవి. ఇందేది ప్రమాణముగా తీసుకొనదగినది.? వైశ్యధర్మ ప్రకాశికలో శాసనాదులలో నుండిన వాక్యములను సరిగా ప్రకటింపక కొన్ని వాక్యములు తీసి వేయబడినవా? లేక మీచే ప్రకటింపబడినవానిలో గుప్తరాజుల శాసనాదులలో లేని విషయములు చేర్పబడినవా? దయచేసి యీసందేహమును తీర్చుచు, నేను దేనిని ప్రమాణముగా తీసుకొని నా గ్రంథములో చేర్చుకొనవలెనో తెలుపుడు.

గుప్తరాజుల జాతినిర్ణయము గురించిన విషయమును మన పరిశోధనకందినంతవరకు నిర్ణయించి ప్రకటింపదలచితిని, అందుకు తగు అధారములు మీరు సంపాదించినంతవరకు నాకుపంపుడు, మీ జవాబున కెదురుచూచుచుండెదను.

చిత్తగించవలెను.

కో॥ వెం 27-6-50 అనియున్నది.

ఈ పైయుత్తరమునకును కవికేసరిగారు యెట్టి జవాబును వ్రాయించినారుకారు.

కవికేసరిగారు నా మూడు వుత్తరములకు జవాబీయనందున యీ విషయమును తెలుపుచు డి 12-7-50 తేదీన నామిత్రులు బందరు కాపురస్తులైన శ్రీ మోటమర్రి లక్ష్మన్నారాయణ గారికి కార్డు వ్రాసియుంటిని అందులో కవికేసరిగారికి మీరువ్రాసి నా-సందేహములకు సమాధాన మిచ్చునట్లు చేయుడని కోరితిని. కాని ఆ వుత్తరమునకు వారు నాకెట్టి జవాబు వ్రాసియుండలేదు. 1950 ఆగష్టు మొదటివారములోను, తిరిగి ఆగష్టు 20,21 తేదీలందును శ్రీ మోటమర్రి లక్ష్మినారాయణగారు కార్యాంతరముమీద విజయవాడలో మా యింటికి వచ్చినన్ను కలుసుకొన్న సమయములో నేను వారి నీవిషయమున ప్రశ్నించగా తాము కవికేసరిగారిని యిటీవల కలుసుకొని అడిగితిమనియు వారు చెప్పవలసినది యిదివరలోనే వ్రాసితినని చెప్పినారనియు, యింకను వారేమియు చెప్పనదిలేనట్లును చెప్పియుండిరి. వైశ్యధర్మ ప్రకాశికలో గుప్తశాసనాదులు ప్రకటించినవారికిగాని, కవికేసరిగారికిగాని వారు లోగడ వైశ్యధర్మ ప్రకాశిక, వాసవిపత్రికలలో ప్రకటించిన విషయములు తప్పయింకెట్టి యితరఆధారములు వారివద్దలేనట్లు పూర్తిగా ఋజువైనది కవికేసరిగారు భారతీయవైశ్య పత్రికలో ప్రకటించిన మూడు వ్యాసములలో ముఖ్యముగా ప్రస్ఫుటమగుచుండిన అసూయ, ద్వేషము, పరజాతినిందతప్ప గుప్తరాజులు వైశ్యులని జూపదగిన యెట్టి యితరాధారములు వారివద్దలేవని స్పష్టమైనది. అందువలన యీ గ్రంథకర్త తనపరిశోధన కందినంతవరకు గల ఆధారములతో గుప్తరాజుల జాతినిర్ణయము చేయబూనిరి.

మౌర్యచంద్రగుప్తుని విషయమును విష్ణుపురాణ మిట్లు చెప్పుచున్నది.

శ్రీవెంకటేశ్వర ముద్రణాలయంవారు నాగరలిపిలో విక్రమార్కశకం 1967 సం॥ రం శాలివాహనశకం 1832 సం॥ రములో (క్రీ శ 1910 సం॥ రం) బొంబాయిలో ముద్రింపబడిన గ్రంథము.

మఱియు క్రీ శ 1882 సం॥ రములో మద్రాసులోని చెన్నకేశవ శ్రేష్టిగారిచే తెలుగు లిపిలో అచ్చువేయబడిన సంస్కృత విష్ణుపురాణము గూడను చూడుడు. (రెండిటిలో ఒకే పాఠముగలదు.)

శ్లో॥ "మహానందినస్తతః శూద్రగర్భోద్భవః అతిలుబ్ధా అతిబలః ।
మహాపద్మనామానందః పరశురామఇవఅపరః అఖిలక్షత్రాంత
కారీభవిష్యతి" (24 అధ్యాయం 20 శ్లోకం)

తా॥ మహానందికి శూద్రభార్యయందు జన్మించినట్టియు., అతిలుబ్ధుడు, అతిబలవంతుడునైన "మహాపద్మనంద" అనెడినామము గలవాడు అపర పరశురామునివలె అఖిల క్షత్రియులను సంహారించెడివాడు కాగలడు.

శ్లో॥ "తతః ప్రభృతి శూద్రాభూపాలా భవిష్యంతి" (21 శ్లో॥)

తా॥ ఆలగాయతు శూద్రకులజులు రాజులౌదురు.

శ్లో॥ సచైకచ్ఛత్రానుల్లంఘితశాసనో మహావద్మః పృథివీం
భోక్ష్యతే" (22)
,, తస్యాప్యష్ట సుతసుమాల్యాద్యా భవితారః" (23)
,, తస్యమహాపద్మస్య అనుపృథివీం భోక్ష్యంతి" (24)
,, మహాపద్మపుత్రాశ్చ ఏకంవర్షశతం అవనీపతయో
భవిష్యంతి (24)
,, తతశ్చనవచైతన్నందాన్ కౌటిల్యోబ్రాహ్మణః సముద్ధ
రిష్యతి" (26)
,, తేషామభావేమౌర్యాః పృథివీంభోక్ష్యంతి"॥ (27)
,, కౌటిల్య ఏవచంద్రగుప్తం ఉత్పన్నంరాజ్యే అభిషేక్ష్యంతి" (28)
,, తస్యాపిపుత్రో బిందుసారో భవిష్యతి"॥ (29)

తా॥ ఆమహాపద్మునకు ఏకచ్ఛత్రాధిపతియై, ఎదురులేని ఆజ్ఞ గలవాడై భూమినిపరిపాలించును. వానికి ఎనమండుగురు కుమారులు సుమాల్యాదులైన నామములు గలవారు గల్గుదురు. వారలు మహాపద్ముని అనంతరం రాజులగుదురు. మహాపద్ముడు, కుమారులైన ఎనమండుగురు కలిసి నూరుసంవత్సరములు పాలింతురు. అటుపిమ్మట (తండ్రికొడుకులుకలిసి) తొమ్మండ్రుగురైన యీనవనందులను కౌటిల్యుడను బ్రాహ్మణుడున్మూలనము చేయగలడు. ఈ 26 శ్లోకమునకు వ్యాఖ్యానమిట్లు వ్రాయబడినది. "నందానితి" —

"నందాంశ్చ తత్పుత్రాంశ్చ ఇత్యర్థః కౌటిల్యో వాత్స్యాయన, విష్ణుగుప్తాదిపర్యాయః చాణక్యః సముద్ధరిష్యతి ఉన్మూలయిష్యతి"

తా॥ నందులనగా -నందుడు, అతని కుమారులైన ఎనమండుగురు అని అర్థము. కౌటిల్యుడు వాత్స్యాయనుడు, విష్ణుగుప్తుడు అను పర్యాయ నామములుగల చాణక్యుడు (పై నవనందులను) సమూలముగా నాశనము చేయగలడు. అనివ్యాఖ్యానమందు గలదు.

నందులు గతించిన పిమ్మట మౌర్యులు భూమిపతులగుదురు. (ఆనందుని రెండవభార్యకుమారుడైన) చంద్రగుప్తుని కౌటిల్యుడే రాజ్యమందు ప్రతిష్ఠించి రాజుగా అభిషేకింపగలడు ఆ చంద్రగుప్తుని కుమారుడు బిందుసారుడు పిమ్మట రాజు కాగలడు అని విష్ణుపురాణమందును, మిగత పురాణము లన్నిటియందును చెప్పబడియున్నది, దానిని వివరముగా చెప్పక కవికేసరి అ॥ స॥గారు కుంభనగా మూరు పేరుతో శూద్రవంశజుడైన మౌర్యచంద్రగుప్తుడు "వైశ్యుడని" యితరులూహించుకొని ప్రమాదపడుట కనుకూలముగా నుండులాగున, పేరుమార్చి "సర్వార్థసిద్ధి" యనియొక రాజున్నట్లు అతనికిక్షత్రియభార్యగాక స్వకులభార్యయున్నట్లు, చంద్రగుప్తుడామె కుమారుడైనట్లు, రాజు రాజ్యమును మిగతకొడుకుల కీయక స్వకుల స్త్రీ కుమారునికిచ్చినట్లు కథకల్పించి "గుప్త" శబ్దమువలన చంద్రగుప్తుడు వైశ్యుడనియు, తల్లి వైశ్య స్త్రీ యనియు "స్వకులభార్యా" యనుటవలన

రాజు కూడా వైశ్యుడనియు చరిత్ర తెలియని వారలు గ్రహించు లాగున వ్రాసియుండిరి. చంద్రగుప్తునికి తండ్రి రాజ్యమిచ్చియుండ లేదు, తండ్రి సంహరింపబడిన పిమ్మట యితనికి రాజ్యము చాణక్యునిచే యీయబడినది ఇంతేగాక ఆరాజు యితరులకెవ్వరికి ఉద్యోగములీయక తనకులస్తులకే యిచ్చుకొన్నాడట. విష్ణుగుప్తుడు (యీతనికులము చెప్పబడలేదు) చంద్రగుప్తుడు స్నేహముగా నుండి నందున విష్ణుగుప్తుడు చంద్రగుప్తునికి రాజ్యమును స్థిరపరచుకొనుటలో సహాయము చేసియుండెనట విష్ణుగుప్తుని గురించి తెలుసుకొనుటకు ముద్రారాక్షసము చూచుకొనుడని దిగువ నోటులో వ్రాసియుండిరి.

ఇట్లు శూద్రవంశజుడైన చంద్రగుప్తుడు బ్రాహ్మణుడైన విష్ణుగుప్తుడు వైశ్యులని లోకులు భ్రమించులాగున కవి కేసరిగారిచే కల్పిత కథ చెప్పబడినది. గుప్తవంశమువచ్చిన చోటులందు వైశ్యులని చెప్పబడవలయునని వీరి యుద్దేశ్యముగా కనబడుచున్నది. వైశ్యధర్మ ప్రకాశికలో ప్రకటింపబడిన శాసనాదులలో "గుప్త" శబ్దమొచ్చిన చోటున వైశ్యులని అర్థము వ్రాయబడినది. "గుప్త" శబ్దమునకు "వైశ్యులు" అని అర్థమే నిఘంటువులోను చెప్పబడి యుండలేదు- అమరకోశ నిఘంటువునందిట్లు చెప్పబడినది- "ఊరవ్యా ఊరుజా ఆర్యా వైశ్యా భూమిస్పృశో విశః" యీ ఆరును వైశ్యుల పేళ్లు ఇందులో గుప్తశబ్దము చెప్పబడలేదు. అటులనే "శర్మ, వర్మ, దాసశబ్దములకు గూడను కులము అర్థముచేయబడి యుండలేదు."

వైశ్యులు వైదిక కర్మలాచరించునపుడు తన పేరు చెప్పబడవలసిన చోటులలో పేరుకు చివర "గుప్త" శబ్దము చేర్చుకొనవలయునని ధర్మశాస్త్రము చెప్పుచున్నది. అటులనే బ్రాహ్మణుడు "శర్మ" క్షత్రియుడు "వర్మ" యనియు. చతుర్థులు "దాస" యనియు శాస్త్ర విధి ననుసరించి చేర్చుకొనుచుండిరి. దానినే కొందరు లౌకిక కాలములయందు కూడా తమ నామములకు చివర చేర్చుకొనుచుండిరి, లౌకికనామమునకు చివర యితరు లెవరును చేర్చుకొనకూడదను నిషేధ మెచ్చటనులేదు. ఆ శబ్దములా కులమువారు గాక యితరులు

తమలౌకిక నామముల చివర చేర్చుకొనుచునే యుండిరి "దాస" శబ్దము శూద్రులు వైదికకర్మ లాచరించుకాలమున చేర్చుకొనుచు న్నైనను యితరులు కూడను తమలౌకిక నామముల చివర చేర్చుకొను చుండెరి. చంద్రవంశక్షత్రియులలో దుష్యంతుని కుమారుడు భరతుడు. అతని వంశములో ముద్గలుని పుత్రుడు '<u>దివోదాసుడు</u>'. (భాగ. 9-657-661 చూడుడు) అతని మనుమడు '<u>సుదాసుడు</u>' (భాగ. 9-661) (వీరిది పాంచాలవంశము) పురూరవునికొడుకు ఆయువు వంశములో ధన్వంతరి. ఈతని మునిమనుమడు '<u>దివోదాసుడు</u>' (భాగ. 9-498-500)

సూర్యవంశములో ఋతుపర్ణుని మనుమడు "సుదాసచక్రవర్తి" ఇతడే కల్మాషపాదుడని పేరొందెను భార్య "మదయంతి" మహా పతివ్రతాశిరోమణి.

ఇవి క్షత్రియులు దాస నామమును ధరించిన-చోట్లు (భాగ. 9-236) తులసిదాసు, సమర్థరామదాసు, భద్రాద్రిరామదాసు, పురందరదాసు, మల్లాది సుబ్బదాసు, పురుషోత్తమదాసు టాండన్. డాక్టరు బాబు భగవాన్‌దాసు, దుర్గాదాసు, తూము నరసింహదాసు, నిష్ఠల ప్రకాశదాసు, ముట్నూరి గోపాల్దాసు, ఇత్యాదులు. ఇవి బ్రాహ్మణులు "దాస" శబ్దమును ధరించిన చోట్లు.

వైశ్యులలో "దాస"శబ్దమును తమలౌకికనామములచివరధరించినవారు బందరులో కోట రామదాసుగారు-సంకా విరలదాసుగారు.

మన దేశ ప్రసిద్ధిగల గాంధీగారిపేరు-<u>మోహనదాసు</u>-తండ్రి గారిపేరు <u>కరంచంద్.</u> యింటిపేరు <u>గాంధి.</u> (గాంధి కరంచంద్‌గారి కుమారుడు <u>మోహనదాసు</u> అని తెలుగులో పిలువబడవలెను.)

దేవదాసుగాంధి. ఇత్యాదిగా అనేకమంది వైశ్యులలో "దాస" శబ్దము ధరించిన వారలుగలరు. అంతమాత్రమున వారందరు శూద్రులని చెప్పతగరు.

బంగాళా దేశమునగల బ్రాహ్మణులలో "ఠాకూరు" అను యింటి పేరుగల వంశములుగలవు. 'రవీంద్రనాథ ఠాకూరు' దేవేంద్రనాథ ఠాకూరు మొదలగువారలు.

నేపాలు దేశములో సూర్యవంశపు క్షత్రియులైన లిచ్ఛవీరాజ కుటుంబములలో చేరి నేపాలు మహారాజున కల్లుడై నేపాలు రాజ్యమును క్రీ॥ పూ॥ మొదటిశతాబ్దములో పరిపాలించిన రాజవంశము "ఠాకూరు" వంశము. గుప్తవంశము వారివలెనే వీరును నేపాలు రాజకన్యలను వివాహమాడుచుండిరి. మహారాష్ట్రులలో బ్రాహ్మణులలోను, క్షత్రియులలోను "ఠాకూరు" వంశములుగలవు. ఒకే పేరున్నంత మాత్రమున వీరందరు యొకేకులస్థులని చెప్పతగదు.

బంగాళా దేశములో "చౌదరీ" కుటుంబములు గలవు. వారు బ్రాహ్మణులు. హైద్రాబాదున మిలిటరీ గవర్నరుగా పనిచేసిన శ్రీ మేజరు జనరల్ "చౌదరీ" బెంగాలు దేశస్థుడైన శాక్తేయ బ్రాహ్మణ కుటుంబమునకు చెందినవాడు.

బ్రిటిషువారి పరిపాలనలో కలకత్తా హైకోర్టులో తొలిసారిగా ప్రధాన న్యాయమూర్తి స్థానమధిష్ఠించిన ప్రథమ భారతీయుడు "అసుతోషు చౌదరి" శాక్తేయ బ్రాహ్మణుడై యున్నాడు.

<u>దేవికారాణి</u> అనునామెతండ్రి యం. డబ్ల్యు చౌదరి బంగాళా బ్రాహ్మణులు. బంగాళా దేశములో చౌదరి కుటుంబములవారు బ్రాహ్మణులై యున్నారు.

పంజాబు దేశమున క్షత్రియులలో "చౌదరీ" కుటుంబములు గలవు. ఉదా:—ప్రస్తుత ప్రఖ్యాత నాట్యకర్త్రియగు "తారాచౌదరి" పంజాబు దేశపు క్షత్రియులు.

ఆంధ్ర దేశమునగల "కమ్మవారిని" చౌదరీలని పిలచెదరు. ఈప్రకారమొకే శబ్దము వివిధకులములవారి యందు గౌరవపదముగా ధరింపబడుచున్నందున దానిని యొకేకులమునకు రూఢ్యర్థమందు వినియోగింప బడినటుల అర్థము చేయరాదు.

పదముల విభాగము

పదముల అర్థగతులను బట్టి మూడువిధములుగ "వృత్తివార్తికము, రసగంగాధరము" మొదలగు శాస్త్రగ్రంథములందు ప్రామాణికులు చర్చించిరి. 1. రూఢము. 2. యోగరూఢము. 3. యౌగికము. అని మూడువిధములుగ విభాగింపబడినవి. అందు

1. రూఢము - రూఢ్యర్థమును జెప్పుపదము సంకేతసిద్ధమైన అర్థమును బోధించును. డిత్థ, ఘట, పట, శబ్దములు ఈశ్వర సంకేతమును బట్టి యొక అర్థమును బోధించుచున్నవి. రూఢిశక్తియే అర్థమును బోధించును. అందువలన అవి రూఢపదములనబడుచున్నవి.

2. యోగరూఢము - అవయవశక్తియు, రూఢిశక్తియు కలిసి అర్థమును బోధించు పదములు యోగరూఢము లనబడును.

ఉదా - పంకజము. ఈపదమునకు "బురదలో పుట్టినది" అను అర్థము అవయవ శక్తిచే బోధింపబడుచున్నది. కాని బురదలో పుట్టిన పదార్థములన్నిటిని బోధింప నీ పదము ప్రయోగింప బడుటలేదు. రూఢిశక్తిచే పద్మ బోధకము. కాని యోగశక్తియు రూఢిశక్తికి సహాయము కలిగించియున్నందున దీనిని యోగరూఢపదమని చెప్పిరి.

3. యౌగికము - యోగము అనగా అవయవశక్తి ప్రధానముచేసి ప్రయోగింపబడు పదము యౌగికము అని చెప్పబడును. రూఢిశక్తి నీపద మపేక్షింపదు. రూఢిచే సంకేతార్థము లేదు.

ఉదా - పాచకుడు, కర్త మొదలగు పదములు.

పాచకపదమునకు ప్రకృతి ప్రత్యయ సమావేశమునవచ్చిన యర్థము వండువాడు అని మాత్రమే. అట్లే "కర్త" అను పదమునకు చేయువాడు అని అర్థము.

పై మూడు విధములగు పదజాలము ప్రకృతి ప్రత్యయ విభాగమున కలుగు రూఢియోగ శక్తులచే విభాగార్హమైనది. భాషా సామాన్యమున వ్యవహారమునందు అర్థబోధకమై తనరారుచున్నది.

పై మూడు విధములగు విభాగములు గాక శాస్త్రకర్తలు నాలుగవ విధమని చెప్పదగిన వేరొక విధమును కల్పనచేసికొనిరి. దానిని పారిభాషిక మందురు

<u>పారిభాషిక పదములు:-</u> శాస్త్రకర్తలు తమతమ శాస్త్రప్రవర్తనమున సంకేతమున ప్రయోగింప వీలగు పదములు కొన్నిటిని కల్పించుకొనిరి. వానిని పారిభాషిక పదము లందురు. పరిభాష అనగా స్వసంప్రదాయమాత్ర సంకేతము అని అర్థము. ఇట్టి పారిభాషిక పదజాలము అన్ని భాషలందును గలదు.

ప్రకృతి వివాదగ్రస్తమైన "గుప్త పదము" పరిభాషాసిద్ధమైనది. చాతుర్వర్ణ్యముల వారికి క్రమముగ శర్మ, వర్మ, గుప్త, దాస అను పదములు స్వధర్మకార్య నిర్వహణమునను, పెద్దలయెడ వినయమున జేయబడు నమస్కారాదులందును తన పేరు చివర ప్రయోగింపవలసినట్లు శాస్త్రసంకేత మేర్పరుపబడినది. కాని రూఢిశక్తిచే భాషాసామాన్యమున ప్రయోగము లేనందున దీనికి జాతి వాచకత్వము లేదు. తమ నామములందు కొందరీ పదముల నుపయోగించిరి. విష్ణుగుప్తుడను బ్రాహ్మణుడు గలడు. ఈతడు తన పేరు చెప్పుకొని వైదికముగ నమస్కారాదుల జేయవలసిన "విష్ణుగుప్త శర్మాఽహం" అని చెప్పుకొనవలయును. ఇట్టి పేరుగల క్షత్రియుడుండిన "విష్ణుగుప్తవర్మాఽహం" అనియు, ఇట్టి పేరుగల వైశ్యుడుండిన "విష్ణుగుప్త గుప్తాఽహం" అనియు, ఇదే పేరుగల శూద్రుడుండిన "విష్ణుగుప్త దాసాఽహం" అనియు చెప్పుకొనవలయును. అందువలన గుప్తశబ్దము రూఢిశక్తిచే వైశ్యుడనెడి యర్థము బోధింపదు. ప్రకృతమున కొందరు లౌకికనామముల చివర యీ పదము లుంచుకొనుటజూచి యివి వర్ణవాచకములని యెంచుట భ్రాంతిమూలకము.

శర్మ, వర్మ, గుప్త, దాస అనెడి పదములు పారిభాషిక పదములై శాస్త్రజ్ఞుల వలన కల్పింపబడిన వైనందున వాని కాయా శాస్త్రజ్ఞులచే నిర్ణయింపబడిన ప్రత్యేకకాలములందు యొకానొక నిర్ణీత ప్రయోజనమున యుపయోగింప లగినవైయున్నది. వీనికి రూఢ్యర్థమున ప్రయోగము లేదు. అందువలననే నిఘంటువులలో నెచ్చటను యీ పదములను జాతివాచకములందు నైఘంటికులు చేర్చియుండ లేదు.

అమరకోశ నిఘంటువు.

"ద్విజాత్యగ్ర జన్మభూ దేవ బాడబాః, విప్రశ్చ బ్రాహ్మణో౽ సౌషట్కర్మా (యాగాదిభిర్యుతః" బ్రహ్మవర్గ ౪౦౩ శ్లో)

(1) ద్విజాతిః; (2) అగ్రజన్మా; (3) భూదేవః (4) బాడబః (5) విప్రః (6) బ్రాహ్మణః యీ ఆరును బ్రాహ్మణుని (Brahmin) పేర్లు.

ఇందు "శర్మ" శబ్దము రూఢ్యర్థము నిచ్చునది కానందున నిఘంటువునందు చేర్చబడ లేదు.

"రాజకమ్ రాజన్యకంచ నృతిప క్షత్రియాణాంగణే క్రమాత్
(క్షత్రియవర్గ, ౪౬౦.)

తా॥ రాజకమ్; రాజన్యకమ్; యీ రెండును వరుసగా ప్రజల నేలు రాజుల సమూహమునకును, క్షత్రియజాతి సమూహమునకును పేర్లు.

"వర్మ" శబ్దము క్షత్రియునికి రూఢ్యర్థము నిచ్చునది కానందున యీ నిఘంటువునందు చేర్చబడ లేదు.

"ఊరవ్యా ఊరుజా ఆర్యా వైశ్యా భూమిస్పృశోవిశః"
(వైశ్యవర్గ ౫౭౭)

తా॥ ఊరవ్యాః, ఊరుజాః; ఆర్యాః; వైశ్యాః; భూమిస్పృక్; విట్; యీ ఆరును వైశ్యుల పేర్లు,

"గుప్త" శబ్దము వైశ్యునికి రూఢ్యర్థము నిచ్చునది కావం దున నిఘంటువునందు చేర్చబడియుండలేదు.

"శూద్రాశ్చావర వర్ణాశ్చ వృషలాశ్చ జఘన్యజాః"
(శూద్రవర్గ. ౧౮౮)

తా॥ శూద్రాః; అవరవర్ణాః; వృషలాః; జఘన్యాః యీ నాలుగును శూద్రుల పేర్లు.

"దాస" శబ్దము శూద్రునికి రూఢ్యర్థము నిచ్చునది కావం దున నిఘంటువున చేర్చబడియుండలేదు.

"శర్మ, వర్మ; గుప్త; దాస శబ్దములు నాలుగును శాస్త్రజ్ఞులచే తమ శాస్త్రసంకేతముగ కల్పింపబడిన "పారిభాషికపదములై యున్నవి. అవి రూఢ్యర్థమందు ప్రయోగింపబడవు. ఆ పదము లెచ్చట ప్రయోగింపబడియున్నను రూఢ్యర్థము నీయజాలవు.

గుప్త శబ్దమును ధరించినవారలు

బ్రాహ్మణులలో—

1. నందవంశమును నిర్మూలించి మౌర్య చంద్రగుప్తుని రాజుగా చేసి అతనికి "అర్థశాస్త్రము"ను వ్రాసియిచ్చిన చాణుక్యుని పేరు — విష్ణుగుప్త
2. "నాట్యవేద వివృతి" అను గ్రంథమును రచించినట్టిన్ని "భరతనాట్యశాస్త్రము" లేక "నాట్యవేదం" మీద వ్యాఖ్యానం రచించినట్టిన్ని మహా పండితుడు — అభినవగుప్త
3. "శంభలీమత" అను గ్రంథమును రచించిన పండితుడు — దామోదరగుప్త

4. "రాజతరంగిణి" లో కల్హణుడు స్మరించిన	మాతృగుప్త
5. వయశాని వంశము (అగ్నివంశము) లోని 11, 12 రాజులు ఒకే పేరుగల యిద్దరు	చంద్రగుప్త
6. కాశ్మీరములో క్రీ. శ. 948–949కి పూర్వము కాశ్మీరమంత్రిగాను, పిమ్మట రాజుగానుండిన బ్రహ్మక్షత్రి వంశమునకు చెందిన గుప్తవంశమువాడు (కల్హణుని రాజతరంగిణిచూడుడు)	పర్వగుప్త
7. పర్వగుప్త కుమారుడు క్రీ. శ. 950–958 సం॥ వరకు పరిపాలించినవాడు	క్షేమగుప్త
8. క్షేమగుప్తుని కుమారుడు	అభిమన్యుగుప్త
9. అభిమన్యుగుప్తుని కుమారుడు	నందిగుప్త
10. పదవ శతాబ్దాంతమున "నవసాహసాంక" చరిత్రవ్రాసిన పండితుడు ధారానగర రాజగు "ముంజరాజు" ఆస్థానములోనివాడు (రాజతరంగిణి)	పద్మగుప్త
11. క్రీ. పూ. 3 వశతాబ్దమున అంకగణిత, రేఖాగణిత, బీజగణిత క్షేత్రగణితములను వివరించిన	బ్రహ్మగుప్త

క్షత్రియులలో—

12. సూర్య వంశము మిథిలా రాజు సీతామహాదేవి తండ్రి "సీరధ్వజ" జనకుని వంశములోని రాజు	ఉపగుప్త
13. డిటో లిచ్ఛవీ క్షత్రియులలో	చంద్రగుప్త సముద్రగుప్త యిత్యాదులు

14. హైహయుడగు కార్తవీర్యార్జునుని మంత్రి (బ్రహ్మాండపురాణం. ఉపోద్ఘాతపాదం. ద్వితీయాశ్వాసం.)	చంద్రగుప్త

శూద్రులలో:—

15. చతుర్థకులజులైన నందవంశములో నందుని రెండవభార్య "ముర" యను నామె కుమారుడు	చంద్రగుప్త మౌర్య

వైశ్యరాజులైన పుష్యభూతి లగాయతు శ్రీహర్ష శిలాదిత్యుని వరకు గల వైశ్యరాజు లెవరును తమ వ్యావహారిక నామములలో "గుప్త" శబ్దమును చేర్చుకొని యుండలేదు. వైశ్యులలో గుప్తశబ్దమును వ్యావహారికనామముల చివర చేర్చుకొనిన వారు వేయికొకరుగూడ లేరు. ఈ ప్రకారము అనేక యుపమానములు గలవు. గుప్తశబ్ద మొచ్చినంతమాత్రమున వైశ్యులని అర్థము రాదు. ఆ శబ్దమునకా యర్థము లేదు. కేరళదేశమును క్రీస్తుకు పూర్వం ఆరవ శతాబ్దము లగాయతు పరిపాలించిన "కదంబ" వంశపు రాజులు బ్రాహ్మణులు. "మయూరశర్మ" యనెడి బ్రాహ్మణుడా రాజ్యమును సంపాదించి పరిపాలించెను. అతని వంశములో పిమ్మట రాబడిన రాజులలో చాలామంది "వర్మ" శబ్దమును తమ నామముల చివర చేర్చుకొనియుండిరి. చేపలు పట్టు బెస్తవారు "వర్మ" శబ్దమును చేర్చుకొనుచుండిరి. హరిజనులలో "వర్మ" శబ్దమును చేర్చుకొనినవారు గలరు. ఇప్పుడనేకులు "వర్మ" శబ్దమును చేర్చుకొనుచుండిరి. ఇట్లే "శర్మ" శబ్దమును చేర్చుకొన వచ్చును. అంతమాత్రమున వారు క్షత్రియులని గాని బ్రాహ్మణులని గాని యెంచుటకు వీలులేదు.

ఇకను వైశ్యధర్మ ప్రకాశికలో ప్రకటింపబడిన గుప్తరాజుల శాసనములు, నాణెముల విషయములో "గుప్త" శబ్దమునకు వైశ్య

డని అర్థముచేసి అట్టి వైశ్యరాజులున్నట్లు చూపుటకు "లిచ్ఛవీ క్షత్రియు"లై "గుప్త" యను యింటిపేరుగల గుప్త చంద్రగుప్తుల శాసనములు, నాణెములు ప్రకటింపబడినవి. కాని అందులో గుప్తరాజులకు "లిచ్ఛవీక్షత్రియ" సంబంధమును తెలుపు భాగములు తీసివేయబడి మిగత భాగములే ప్రకటింపబడినవి. గుప్తరాజులకు క్షత్రియులతోగల సంబంధ బాంధవ్యములను తెలిపెడి భాగములను శాసనములనుండి తొలగించుట వలనను, వారిజాతిని తెలుపుచు ముద్రింపబడిన నాణెముల నెత్తుకొనకుండుటవలనను, వైశ్యధర్మ ప్రకాశికలో ప్రకటించినవారు గుప్తరాజులు క్షత్రియులని తెలిసియేయుండిరని స్పష్టమగుచున్నది.

సముద్రగుప్తుని లగాయితు స్కందగుప్తుని వరకుగల రాజుల శాసనము లన్నిటిలోను "లిచ్ఛవి దౌహిత్రస్య మహాదేవ్యాం కుమార దేవ్యాముత్పన్నస్య శ్రీ సముద్రగుప్తస్య" పుత్రేణ, పౌత్రేణ అని చెప్పబడి యుండగా అందుగల పై లిచ్ఛవీ క్షత్రియ సంబంధమైన వాక్యము తీసివేయబడి ప్రకటింపబడినవి. అటులనే వైశ్యధర్మ ప్రకాశికలో ప్రకటింపబడిన నాణెములను ప్రకటించుటలోను లిచ్ఛవీ సంబంధముగల వాక్యము లుదహరింపబడలేదు. లేక అట్టి నాణెము లున్నట్లు చెప్పబడలేదు. వాటిని ముందుగ్రంథమున చూపుచుంటిమి గనుక యిచ్చట నుదహరింపలేదు. వైశ్యధర్మ ప్రకాశికలో ప్రకటింపబడిన గుప్తరాజుల శాసనములు నాణెములు అసంపూర్ణముగా నున్నందున గుప్తరాజుల జాతి నిర్ణయము చేయుటకు పనికిరావు. గుప్తరాజులు చాలా గొప్పవారని చక్రవర్తులని వారి రాజ్యకాలమున ఆర్యవిజ్ఞాన మభివృద్ధి గాంచినదని వైదిక ధర్మము ప్రతిష్ఠింపబడినదని గుప్తచక్రవర్తులు వర్ణాశ్రమ ధర్మములకు కట్టుబడి తామాచరించి యితరులచేత నాచరింప జేసిరని, శాసనములు వ్రాయించిరని, నాణెములం

ముద్రించిరని మొదలుగాగల విషయము లందరెరింగినవే. ఇప్పుడు కావలసినదదికాదు. వారు వైదికధర్మము ననుసరించెడి బ్రహ్మ, క్షత్రి, వైశ్య, శూద్రి యనెడి నాలుగు జాతులలో "ఏజాతికి చెందినవారు" అనునది ప్రశ్న. గుప్తశబ్ద మాత్రమువలన వైశ్యులని కొందరును, అది వారి కుటుంబమును దెలిపెడి గుర్తుగలదే గాని జాతిని దెలుపునది కాదని కొందరును చెప్పుచుండిరి. క్షత్రియులని వ్రాసినంత మాత్రమున వైశ్యులైన కవికేసరిగా రాగ్రహించిరి. అందువలన దానికి తగినంత ఋజువు కనుబరచి గుప్తరాజుల జాతి నిర్ణయము చేయవలసియున్నది. కవికేసరిగారు సూచించిన వాసవి పత్రికలు తొమ్మిదవ సంపుటము గాని, వైశ్యధర్మ ప్రకాశిక గాని, లేక వారు భారతీయవైశ్యలో "కలిశక విజ్ఞానము తృతీయభాగము" మీద చేయబడిన గ్రంథసమీక్షలో గల 1950 సం॥ మార్చి, యేప్రియలు, మే, ఆగష్టునెల సంచికలు గాని "గుప్తరాజులు వైశ్య" లని చెప్పదగిన ఋజు వేదియు గలిగి యుండలేదని చెప్పుటకు చింతిల్లుచుంటిమి. (వైశ్యధర్మ ప్రకాశిక 98వ పుట లగాయతు 108వ పుట వరకు చూడుడు.)

వైశ్యధర్మ ప్రకాశిక 89 పేజీలో యీదిగువ విష్ణుపురాణ వాక్యము వ్రాయబడి అర్థము వ్రాయబడినది (చూడుడు)

గ॥ "ఉత్సాద్యాఖిలక్షత్ర జాతిం పద్మావత్యాం కాచ్యాం।
పుర్యాంమధురాయా మనుగంగాంప్రయాగం। మాగధాన్
గుప్తాన్శ్చ భోక్ష్యతి"॥

(౧౬.విష్ణుపురాణె చతుర్థాంశే చతుర్వింశోధ్యాయః)

తా॥ మగధదేశమందుండు వైశ్యులు సకలదేశముల యందుండు క్షత్రియులను జయించి గంగాతీరమందు ప్రయాగవరకు పద్మావతీ, కాంచీపురం, మధుర, మొదలగు దేశములను పరిపాలించిరి.

అని వ్రాయబడియున్నది. కాని ఆవాక్యమున్నదున్నట్లుగ అర్థము చేసిన యిట్లుండును:—

“సకలదేశములయందుండు క్షత్రియులను జయించి గంగానది ననుసరించి ప్రయాగవరకు పద్మావతి, కాంచీపురం, మథుర, మగధ ప్రాంతములను గుప్తప్రాంతములను “పరిపాలింతురు” అని అర్థము కనుబడుచున్నది. అందు కర్త కనబడలేదు. శ్లోకములో పొరబా టుండునని యెంచితిమి.

అందువలన వారు యిచ్చిన ప్రమాణ గ్రంథమైన విష్ణు పురాణము బొంబయిలో వెంకటేశ్వర ప్రెస్ వారు నాగర లిపిలో అచ్చు వేయించినదానిలోను చెన్నపట్టణములో తెలుగు లిపిలో చెన్న కేశవ శాస్త్రిగారిచే అచ్చువేయబడిన విష్ణుపురాణ ప్రతిలోను వెరశి రెండు ప్రతులలోను సరిచూడగా ఆ వాక్య మిట్లున్నది.

“ఉత్సాద్యాఖిల క్షత్రజాతిం నవనాగాః పద్మావత్యాం
నామపుర్యాం।
అను గంగాప్రయాగం గయాత్ గుప్తాంశ్చ మాగధా
భోక్ష్యంతి” ॥

తా॥ సకల క్షత్రియులనుజయించి మాగధులైన నవనాగులు పద్మావతి అను పేరుగల (పాటలీపుత్రము) పట్టణమందుండి గంగ వెంబడిగా గయనుండి ప్రయాగవరకుగల గుప్త రాజ్యమును పరిపాలింతురు.” అని అర్థము వచ్చుచున్నది. ఇది గుప్తరాజులందరు పోయిన పిమ్మట జరిగిన విషయము.

గుప్తరాజులకు పిమ్మట నవనాగులు మగధలో కొంత జయించి రాజ్యము చేసిరి. వారే పిమ్మట గుప్తరాజుల దేశమును జయించియుండిరి. కాని గుప్తుల కింది సంబంధము లేదు. వాయు పురాణమునుండి యింకొక శ్లోకము నిచ్చియుండిరి.

శ్లో॥ అనుగంగా ప్రయాగంచ । సాకేతం మగధాంస్తథా ।
ఏతాన్ జనపదాన్ సర్వాన్ । భోక్ష్యాంతే గుప్తవంశజాః" ॥

తా॥ "గంగా తీరమందు ప్రయాగ, సాకేతము, మగధ యీ సర్వదేశములను వైశ్యవంశ జనితులు రాజ్యము చేసెరి" అని అర్థము చేసియుండిరి. అందులోని "గుప్తవంశజాః" అను వాక్యమునకు "వైశ్యవంశ జనితు"లని అర్థము చేయుట న్యాయముగా లేదు. ఆ విషయమును లోగడ చర్చించి యుంటిమి. "గుప్త వంశమందు పుట్టిన రాజులు అని అర్థము చేయుటయే సమంజసము. కాని పైదానిలో "నవనాగాః" అను వాక్యమును తొలగించియు "మాగధా" అను దానిని "మాగధాన్"అని మార్చియు గుప్తశబ్దమునకు వైశ్యార్థముగా అర్థముచేసియు లోకవంచన చేయజాచిరి.

ఇక విలియం సిఘుంటువునందు వర్ణింపబడినటుల చెప్పబడినది కూడా. "గుప్త" శబ్దమును చూచి భ్రాంతిపడి వ్రాసినాడి యుండ వచ్చునేగాని యెట్టి ఋజువు చేయబడి వ్రాయబడినటుల కనుబడదు. అట్టి ఋజువున్నయెడల దాని నిచ్చియే యుండెడివారు. గుప్త వంశపు రాజులు వైశ్యులని చెప్పదగిన సాక్ష్యమేమియు యింత వరకు విచారింపబడిన గుప్త శాసనములు, నాణెముల వలన వచ్చి యుండలేదు. ఇతరాధారములు యింతవరకు దొరికియుండలేదు. కనుక గుప్తవంశపు రాజులయొక్క జాతి నిర్ణయము చేయుటకు తగిన సాధన సంపత్తి కొరకన్వేషించుదము.

వైశ్యధర్మ శ్రేష్ఠత

వైశ్యధర్మమును గొప్పచేసుకొనుటకు అసత్యములను ప్రోగుచేసి గుప్తరాజులను వైశ్యులని చెప్పుకొన నవసరము లేదు. రాజధర్మ మవలంబించనంతమాత్రమున వైశ్యధర్మమునకు హాని యేమియు కలుగదు. కాని వైశ్యజాతివారలును దేశ సంరక్షణావసరమున క్షాత్రి మవలంబించి శక హూణాదులతో పోరాడుటయేగాక ప్రజలను ధర్మయుక్తముగ పాలించియే యుండిరి. అట్టి వైశ్య

రాజుల వంశము కలిశక విజ్ఞానము మూడవభాగమున యివ్వబడియే యున్నది.

వైశ్యధర్మము యితర ధర్మములకు తల్లివంటిది. "కృషి, గోరక్ష, వాణిజ్యం, వైశ్యం కర్మ స్వభావజం" అని శాస్త్రము చెప్పుచున్నది. వ్యవసాయము చేసి ఆహారము నుత్పత్తి చేయుట గోసంరక్షము వలన పాడి నభివృద్ధి పరచుట, వాణిజ్యమువలన ఒకచోట పండిన హెచ్చు పంటలను పండని చోట్లకు చేర్చి అచ్చటి ప్రజల కందించుట మొదలగు కార్యముల నాచరించుట వైశ్యజాతిధర్మము. అన్నవస్త్రములనుత్పత్తి చేసి ప్రజాసమూహమున కందించి జీవకోటిని పోషించెడి పవిత్రధర్మముగల జాతి వైశ్యజాతి. కృషి ద్వారా ధాన్యాదులను, గోసంరక్షణము ద్వారా క్షీర ఘృతాదులనుత్పత్తిచేసి దేవతలకు హవిస్సులను, మానవుల కశనావసరములను గూర్చుచుండిరి. దేవతల యొక్క అనుగ్రహమును పొందసాధనమగు యజ్ఞము, బ్రాహ్మణుని తపస్సు, రాజుయొక్క బలసంపద, యితర జనసామాన్యముయొక్క శిల్పకళా ప్రావీణ్యత మొదలగునవన్నియు వైశ్య ధర్మముమీద ఆధారపడి యున్నవి. వైశ్య ధర్మము సర్వధర్మములను తల్లివలె పోషించునదై యున్నది. పవిత్రమైన అట్టి వైశ్యధర్మమొక రాజకుటుంబమువారు వైశ్యులు కానంత మాత్రమున యితర ధర్మములకంటె తగ్గిపోవునది గాని లేక అంతెవరో యొకరు రాజలాంఛనముల పొందినంత మాత్రమున పెరిగి పోవునదిగాని కాదు. అది స్వతస్సిద్ధముగా, సర్వజీవపోషణాధారమైన పవిత్ర ధర్మము. దానిని గొప్పజేయుట కితరధర్మము లవలంబించినటుల కల్పనలజేయ నవసరము లేదు.

పైవిచారణవలన గుప్తరాజులు వైశ్యులుకారని స్పష్టపడుచున్నది. వారు క్షత్రియులని ఋజువుచేయదగిన ప్రమాణములు హెచ్చుగాగలవు. వానిని ముందుగ్రంథమున చూపి గుప్తరాజులు క్షత్రియులని స్పష్టముగా ఋజువుచేయబడును.

ఆర్య విజ్ఞాన గ్రంథమాల

ఇందు సభ్యులుగా చేరువిధానము

(1) మహారాజ పోషకులు రు 100-0-0

(2) రాజపోషకులు 50-0-0

(3) పోషకులు 25-0-0

వారి పేర్లు గ్రంథములో చేర్చబడును. పూర్తి సెట్టు 1కి ముప్పది రూపాయిల కిమ్మతువరకు అగును. పైవర్గములలో చేరిన వారికి వెంటనే 23 రూపాయిల గ్రంథము లీయబడును. మిగత గ్రంథములు క్రమేపి పంపబడుచుండును. విజ్ఞానాభిమానులు వెంటనే ప్రోత్సాహించు విరాళము నంపి గ్రంథమాలలో సభ్యులుగా చేరగలందుల ప్రార్థింప బడుచున్నారు.

ఆర్య విజ్ఞానం నెం.	ప్రచురణ నెం.	తయారైన గ్రంథములు		అచ్చులోనున్నవి.
1	౧.	బ్రహ్మాండ సృష్టివిజ్ఞానం	రూ 3-0-0	౧ ఆర్యావర్త ప్రాచీనత
2	౨.	మానవ సృష్టివిజ్ఞానము (ఇం)	" 1-8-0	౨. ఆర్యుల ప్రపంచ వ్యాప్తి
3	౩.	కలిశక విజ్ఞానం. (ప్ర. భా.)	" 1-8-0	[౨ సంపుటములు]
	౪.	" (ద్వి. భా.) (కలిరాజ వంశావళి)	2-4-0	౩. ఆర్యుల మతము ౪. ఆర్యుల సర్వతోముఖ విజ్ఞానము
	౫.	" (తృ. భా.) (కలిరాజ వంశావళి శేషం)	4-8-0	౫. అద్వైతబోధిని
	౬.	ఆంధ్రులు ఎవరు?	0-6-0	౬. నిర్విచార జీవనము
	౭.	అభాస క్రైస్తవము	1-8-0	౭. మానవ సృష్టి విజ్ఞానము (తెలుగు)
	౮.	జంబూ ద్వీపము	0-6-0	
4	౯.	ధృవనివాస ఖండనం	3-8-0	
5	౧౦.	భారతీయ శకములు	2-8-0	
6	౧౧.	గుప్తరాజు లెవరు?	1-8-0	
7	౧౨.	అగ్నివంశపురాజులు (బ్రహ్మక్షత్రవంశములు)	1-8-0	
8.	౧౩.	అశోకుని కాలము	1-8-0	

గుప్తరాజు లెవరు?

గుప్తరాజుల జాతినిగురించి చరిత్రకారు లెచ్చుగా విచారణలు జరిపియున్నట్లు కనుపించదు. గుప్తశబ్దమా రాజవంశీకు లందరకు చివర చేర్చబడియుండుటచే "వైశ్యులై" యుండవచ్చునని కొందరికి సందేహము కలుగవచ్చును. కాని "గుప్త" శబ్దము కులమునకు సంబంధించినది కాదనియు, వంశమునకు సంబంధించినదనియు, గుప్తవంశము నేపాళదేశపు రాజవంశమునకు సంబంధించియుండి వారితో వివాహసంబంధబాంధవ్యము లెక్కువగా గలిగి నేపాళదేశమును పాలించుచుండిన సూర్యవంశ క్షత్రియులలో చేరిన అంతర్భాగమనియు కొందరు చెప్పుచుండిరి. గుప్తరాజుల జాతినిగురించి ప్రథమ (గుప్తవంశ) చంద్రగుప్తుని సువర్ణనాణెమున స్పష్టముగా చెప్పబడినది. ఈ నాణెము "వైశ్య ధర్మప్రకాశిక"లో ప్రకటింపబడలేదు. ఇదిగాక వారితో సన్నిహితసంబంధము గలిగియుండిన కుటుంబము లేజాతికి చెందినవో విచారించిన "గుప్తరాజుల" జాతినిర్ణయము చేయగలుగుదుము. ఇందుకు గుప్తరాజుల శాసనములు, నాణెములు పూర్తిగా యుపకరించగలవు.

లక్ష్మణేయులు

లక్ష్మణేయులను క్షత్రియశాఖ శ్రీ బుద్ధభగవాను డవతరించిన కాలమున తూర్పు భారతవర్షమున అధికారమును గలిగి వైశాలినగరమును రాజధానిగ చేసుకొని బలిష్ఠులై రాజ్యమేలుచుండిన క్షత్రియశాఖ. జైన బౌద్ధమతములు ప్రచారమునకువచ్చిన కాలమున ఈలక్ష్మణేయులా మతముల నభిమానించి యవలంబించియుండిరి. ఆకాలమున కిటీవల అనగా కలి 1468 సం॥ (క్రీ॥ పూర్వం 1634 సం॥) మగధ సామ్రాజ్యము ప్రసిద్ధిలోనికి వచ్చియుండినకాలము. "మహాపద్మనందు" డను నందవంశపు రాజు ప్రముఖుడై మగధరాజ్యమును సామ్రాజ్యముగా నొనర్చుటకు ప్రయత్నములు జరిపియుండెను. కాని ఆతడు క్రూరుడగుటవలన అతనిని, నాతని కుమారు లెనమండుగురను "విష్ణుగుప్త" లేక "చాణక్యుడను"

బ్రాహ్మణుడు సంహరించి రాజ్యము నిష్కంటకమొనర్చి మహాపద్మ నందుని రెండవభార్య "ముర" యను నామెకుదయించిన "చంద్రగుప్తుని చక్రవర్తిగా చేసియుండెను.

ఈ లక్ష్మణేయశాఖవారు తాము సూర్యవంశ క్షత్రియులమనియు దశరథుని కుమారుడైన శ్రీరామచంద్రుని సోదరులు భరత, లక్ష్మణ శత్రుఘ్నులలో లక్ష్మణుని సంతానమనియు, చెప్పుకొందురు. ఈ వంశమును గురించి బ్రహ్మాండపురాణ మిట్లు చెప్పుచున్నది.

"రఘువజుడింగాంచె. వాడు దశరథునిగనియె. దశరథుండు రాముని గనియె. రాముని సోదరులు భరతలక్ష్మణశత్రుఘ్నులైరి. అందు శత్రుఘ్నుండు లవణాసురుం జంపి మధురాపురంబు నేలె, శత్రుఘ్ను తనయులు సుబాహు, శూరసేనులనం బరగిరి. వారు మధురాపురంబున బాలించిరి. అంగద, చంద్రకేతువులు లక్ష్మణపుత్రులు. వారు హిమవత్పర్వతప్రాంత దేశంబులం బాలించిరి. అంగదాపురం బంగదుండు పాలించె. చంద్రచక్రపురంబు చంద్రకేతునకు రాజధానియయ్యె. తక్ష పుష్కరులు భరతసూనులైరి. గాంధారదేశంబు తదధీనంబయ్యె. తక్షశిల యను నగరంబు తక్షపాలితంబై వెలంగె. పుష్కరావతి పుష్కరాధీనంబై తనరారె." (ఆంధ్రబ్రహ్మాండపురాణం, జనమంచి శేషాద్రిశర్మ ఉపోద్ఘాతపాదం చతుర్థాశ్వాసం. 186 వచన 673 పుట.)

మఱియును, "రామచంద్రభూపు పుత్రులు కుశ, లవులు. అందు కుశుండు కోసలంబునకురాజయ్యె" కుశస్థలీనగర మాతనికి రాజధాని. లవుడుత్తర కోసలంబునకురాజయ్యె. "శ్రావస్తి" నగరమాతని రాజధానియయ్యె. (పై పురాణం 191-193 పద్యములు-673,674 పుటలు)

లక్ష్మణపుత్రులు కోసలదేశంబున కుత్తరమందుండిన హిమవత్పర్వతప్రాంత దేశంబు అనగా నేపాలురాష్ట్రము నేలిరి. నేటివఱకును నేపాలు రాజ్యమునేలు రాజులు తాము సూర్యవంశ క్షత్రియులమని చెప్పుకొనుచున్నారు. త్రేతాయుగమునుండి నేటివరకా దేశమున అన్యదేశీయుల దండయాత్రవలన యెట్టిమార్పులు లేక కుమారుల సంతతిచే

గాని, కుమారైసంతతి వారిచేగాని సూర్యవంశ క్షత్రియులచేతనే పరంపరా పరిపాలింపబడుచుండినది వీరలు లక్ష్మణేయులనబడిరి. క్రమక్రమముగా లక్ష్మణేయ శబ్దము అనేకవిధముల వికారమును బొందినది. ఇందు తొమ్మిది శాఖలేర్పడినవి. విదేహరాజ్యమునుకూడ వీరలాక్రమించిరి. బుద్ధునికాలమునాటికి కోసల విదేహ, నేపాలు రాజ్యములీ సూర్యవంశజు లేలుచుండిరి. ఈ "లక్ష్మణేయ" శబ్దము ప్రాకృతము మొదలుగాగల భాషలలో "లచ్ఛివీయ" యని యుచ్చరింపబడినది. క్రమముగా లెచ్ఛవీయ, లిచ్ఛివీయ, లెచ్ఛవీ, లెచ్ఛై మొదలుగానైనది. పాలిగ్రంథములందంతటను "లిచ్ఛవి" అని వాడబడినది. బౌద్ధ సంస్కృతగ్రంథములలో (దివ్యావాదన యను గ్రంథమున) "లిచ్ఛవి" అనియే వాడబడినది "మహావస్తు అవధాన" యనెడి గ్రంథమున "లెచ్ఛవి" అని వ్రాయబ నది. (మహావస్తు. ఇ. సినార్టు By E. Senart P. P. 1,254 చూడుము.)

(Vide Kshatriya Clans in Buddhist India. By Bhimala Charan Law, M. A. B. L. Ed. 193 P. 2, 3).

సంస్కృత శబ్దము		ప్రాకృతరూపము
లక్ష్మి		లచ్ఛి
లక్ష్మయ్య		లచ్ఛయ్య
లక్ష్మమ్మ		లచ్ఛమ్మ
లక్ష్మణేయ	=	లచ్ఛివీయ, లచ్ఛివాయ లిచ్ఛవీయ లిచ్ఛవాయ, ఇత్యాదులు.

చైనాభాషలో కనువదింప బడిన బౌద్ధగ్రంథములలో "లిచ్ఛవి" (Licchavi) "లెచ్ఛవి" (Lecchavi) అని రెండును వాడబడినవి. "మహావస్తు" అను గ్రంథమున వాడబడిన "లెచ్ఛవి" (Lecchavi) పదము ప్రాకృతభాషయందు "లెచ్ఛై" అగును.

ఈ ప్రకారము "లక్ష్మణేయ" యను క్షత్రియశాఖయొక్క నామము ప్రాకృతాదిభాషలలో క్రమక్రమముగా మార్పునొంది "లిచ్ఛవి"గా వాడుకలోనికిరాగా దీనిని మనుస్మృతిలో చెప్పబడిన

విలోమసంకరజాతియైన "నిచ్ఛవి"గా కొందరిచే గుర్తింపబడినది. ఇది ప్రమాదభూయిష్టమైన నిర్ణయము "నిచ్ఛవి" యని మనుస్మృతిలో యుదహరింపబడిన జాతికిని "లిచ్ఛవి"గా మార్పుజెందిన "లక్ష్మణేయ" జాతికి నెట్టి సంబంధములేదు "లిచ్ఛవీ" లోని "లి" అను అక్షరము వ్రాయస కాని పొరబాటున "ని"గా మనుస్మృతిలో వ్రాయబడినట్లు కొందరభిప్రాయ పడుచున్నారు. కాని అట్టిపొరబాటేమియు జరిగి యుండలేదు. మనుస్మృతిలో యుదహరింపబడిన "నిచ్ఛవి" యనున దొక ప్రత్యేక విలోమ సంకరజాతి. రెండుజాతులనేకముగా నెంచి నందున యీ పండితులకిట్టి పొరబాటు కలుగుట కవకాశమిచ్చినది.

సముద్రగుప్తని అలహాబాదు రాతిస్తంభముమీద చెక్కబడిన సంస్కృత శాసనములో ఆ మహారాజు "లిచ్ఛావీ — దౌహిత్ర" (Licchavi – Dauhitra).

I. అనగా "లిచ్ఛావీయుల కూతురుకొడుకు" అని వ్రాయబడినది.

(Kshatriya Clans in Budd. India P. 7)&

(Vide Inscriptions of the Early Gupta Kings, Edited by T. F. Fleet Corpus Inscriptionum Indicarum Vol. III P. 8).

ఈ గుప్తరాజుల అనేక యితరశాసనములలో యిదేవిధమున "లిచ్ఛావీ దౌహిత్రు"డైన సముద్రగుప్తని కొడుకు, మనుమడు అని వ్రాయబడినది.

II. సముద్రగుప్తని కుమారుడగు రెండవ చంద్ర గుప్తని "మధుర" రాతిశాసనము. (Vide Fleet Op. Cit. P. 27)

III. రెండవచంద్రగుప్తని కుమారుడగు మొదటి కుమారగుప్తని బిల్సాదు రాతిస్తంభముమీద గల శాసనము గుప్తశకం 96 సం॥ (Do Page 43)

IV. మొదటికుమారగుప్తని కుమారుడు స్కంద గుప్తని "బీహారు" రాతిస్తంభశాసనము (Do Page 50)

V. స్కందగుప్తుని "భిటారి" రాతిస్తంభశాసనము (Do Page 53)

VI. సముద్రగుప్తుని "గయ" లోని తామ్రశాసనము (which is considered to be spurious అనగా కల్పితమైనదిగా భావింపబడినది.)

(Vide Fleet, Inscriptions of the Early Gupta Kings, Corpus Inscriptionum Indicarum Vol. III P 256., (&) Kshatriya Clans in Budd. India P. 8)

యీ చివరరెండు శాసనములలోను "లిచ్ఛివీ" (Licchivi) అని వాడబడినది. మొదటి చంద్రగుప్తుని నాణెములమీద "లిచ్ఛవి" (Licchavi) అనియే ముద్రింపబడియున్నది సూర్యవంశ సంభూతుడైన "లక్ష్మణు"నియొక్క వంశమం దుద్భవించిన "లక్ష్మణేయులు లేక లిచ్ఛవీయుల" వంశపరంపరా వచ్చుచుండిన సంతానమైన సుక్షత్రియులమని నేటికిని చెప్పుకొనుచుండిన నేపాళరాజులయొక్క శాసనములయందు "లిచ్ఛవీకులకేతు" (Licchavi-kulaketu) అనగా "లిచ్ఛవీకుల దీపకుడ"ని వ్రాయబడియున్నది. (Fleet Insc. Vol III 175 P.)

(Kshatriya Clans in Buddhist times P.8); & Indian Antiquary Vol. IX P. 168. f.f.)

సంస్కృత గ్రంథములలో "లిచ్ఛవి" "లిచ్ఛివి" అని రెండు విధములుగను ప్రయోగింపబడి రెండును సమానార్థమును సూచించుచున్నవి. చైనాభాషలో "ఫాహియాన్" "లిచ్ఛవి" (Licchavi) అనియే వాడియున్నాడు. (Vide Legge, FaHien P. P. 71, 76)

చీనాయాత్రికుడైన హూవునిత్సాంగు ఏడవశతాబ్దములో "లిచ్ఛవి" (Licchavi) అనివాడియున్నాడు. టిబెట్టువారు కూడను "లిచ్ఛవి" అనియే వాడియుండిరి.

(Vide Buddhist records of the Western World By S. Beal Vol. II P. 73)

" The Licchavis were neither Tibetan nor Iranian in their origin, but there is very clear evidence in th

Buddhist literature to show that they belonged to the Aryan ruling caste—the Kshatriya".

(Kshatriya Clans in Buddhist India P. 9)

తా॥ లిచ్ఛవీయులు టిబెట్టు జాతీయులుగాని, ఇరానియనులుగాని కారు. వారు ఆర్యులలో ప్రజాపాలనమొనర్చెడి ధర్మము గలిగిన క్షత్రియులని బుజువుకాదగిన స్పష్టమైన సాక్ష్యము బౌద్ధవాఙ్మయమందు గలదు.

"మహాపరినిభానసుత్తన" అనెడి బౌద్ధమత గ్రంథమున యీావిధముగా చెప్పబడియున్నది.

బుద్ధభగవానులు "కుసీనార" నగరమున శరీరత్యాగము చేసిన పిమ్మట "కుసీనార" నగరవాస్తవ్యులగు "మల్ల"జాతి క్షత్రియులు బుద్ధుని శరీరమును ఒక వారమురోజులవరకు సమాధిచేయక నిలిపియుంచిరి. ఇంతలో దూరదేశములోను, సమీాప ప్రాంతములలోను నావార్త వ్యాపించినది. అంతట "వైశాలినగర" వాస్తవ్యులగు లిచ్ఛవీ శాఖీయ క్షత్రియులు బుద్ధుని అస్థికలలో తమకుకూడా ఒక భాగమిమ్మని కోరుచు ఒక దూతను "కుసీనార" మల్లక్షత్రియులవద్దకు పంపిరి. ఆ వర్తమానములో నిట్లుదహరించిరి. "బుద్ధభగవానుడు సుక్షత్రియవంశములోనివాడు. మేమును అట్టివారమే. గనుక వారి అస్థికలలో నొకభాగమును పంచుకొనుట కర్హులము." అని కబురంపిరి.

(Vide Mahaparinibhana Suttana. Translated by T. W. & C. A. F. Rhys Davids in Dialogues of Buddha. Vol. III P. 187).

"The Exalted one was a Kshatriya and so are we. We are worthy to receive a portion of the relics of the Exalted one".

(Kshatriya Clans in Buddhist India P. 9)

ఈ విషయములో లిచ్ఛవీయులు తాము బుద్ధభగవానుని కులమునకు చెందిన క్షత్రియులమని స్పష్టీకరించిరి. మగధరాజైన "అజాతశత్రు" కూడ నదేవిధముగ కబురంపెను.

"The Lord is a Kshatriya and so am I. Therefore I deserve a share of the relics" అని అజాతశత్రువు కబురంపెను. (Kshatriya Clans in Budd. India P. 10)

అదేవిధమున అల్లకప్పనగరవాసులగు బూలీ క్షత్రియులును, "రామగామ" వాస్తవ్యులగు "కోలియ" క్షత్రియులును, "పావా"నగర "మల్ల" క్షత్రియులును, పిప్పలీవన నగరవాస్తవ్యులగు "మోరియ" క్షత్రియులును అదేవిధమున కబురంపిరి. "కపిలవస్తు" నగరక్షత్రియులైన "శాక్యులు" బుద్ధభగవానుడు తమ వంశములోని వాడైనందున తమకు తప్పక భాగమిచ్చి తీరవలయునని కబురంపిరి.

(Vide Mahaparinibhana Suttana in tho Digha Nikaya. P. T. S. Vol. III P. P. 164. 166.) & Kshatriya Clans in Budd. India P. 10)

A Licchavi named Mahali says,

"I am a Kshatriya, so is the Buddha. If his knowledge increases, and he becomes all-Knowing, why should it not happen to me".

(Vido Sumangala Vilasini Pt. I P. T. S. P. 312) & Kshatriya Clans in Budd. India. P. 10)

తా॥ "మహాలి" అను "లిచ్ఛవి" యిట్లు చెప్పుచున్నాడు.

"నేను క్షత్రియుడను. ఆప్రకారమే బుద్ధుడు సుక్షత్రియుడై యున్నాడు. ఆతని జ్ఞానము వృద్ధిబొంది అతడు సర్వజ్ఞుడైనయెడ అట్టి సర్వజ్ఞత్వము నాకేల తటస్థించకూడదు," అని చెప్పియున్నాడు.

దీనినిబట్టి బుద్ధుడును, అజాతశత్రు అనెడి మగధచక్రవర్తియు మొదలయినవారలెట్టి సుక్షత్రియులో "లిచ్ఛవీ"యులు కూడను అట్టి సుక్షత్రియులే యగుదురు.

"నేను క్షత్రియుడను, నేను క్షత్రియుడ'నని చెప్పుచు బుద్ధుని అస్థికలలో భాగమును కోరినవారలందరకు భాగమియ్యబడినది గాని నీవు క్షత్రియుడవు కావని యెవరు యెవరిని నిరాకరించి యుండలేదు. జైన

మతాచార్యుడైన "మహావీర" క్షత్రియుడై యున్నాడు. ఆతడు సిద్ధి పొందినరోజున క్షత్రియశాఖలన్నియు ఉపవసించి దీపావళి యొనర్తురు. ఆవిషయమిట్లు చెప్పబడినది.

"The eighteen confederate Kings of Kasi and Kosala the nine Mallakis and Nine Licchavis, on the day of new moon, instituted in illumination on the Poshadha, which was a fasting day; for they said,

"Since the light of intelligence is gone, let us make an illumination of material matter".

(Kalpa Sutra. 128 Translated by Prof. H. Jacobi, S. B. E. Vol. XXII P. 266) & Kshatriya Clans in Buddhist times P. 12).

తా॥ ఒకే కట్టుబాటుగా చేరిన పదునెనమండుగురు కాశీ, కోసల మొదలగు రాజులును, తొమ్మిది మల్లకీరాజులును, తొమ్మిది శాఖలగు లిచ్ఛివీయులును పోషాఢ అమావాస్యదినమున ఉపవసించి దీపావళి యొనర్తురు. అందుకు వారిట్లు చెప్పుదురు.

"విజ్ఞానజ్యోతి శమించినందున భౌతికమైన దీపావళిని మనము వెలిగించుదము" అని చెప్పెదరు.

జైనమతాచార్యుడగు "మహావీర" అను నాతడు కాశ్యపగోత్ర జ్ఞాత్రి క్షత్రియుడు. వైశాలిరాజగు "శతక" అను రాజుకు మేనల్లుడు వైశాలినగరములోని యొక భాగమైన "కుండగ్రామ" మనెడిపేట మహావీరుని జన్మస్థలము.

(Vide Jacobi Op.—Cit. 108-110. P. P. 255-6. & P. X-XII). (Kshtriya Clans in Buddhist India P. P. 13,36)

మహావీరుని తల్లి "త్రిశలా". ఆమెను "క్షత్రియాణి" యని పిలచెదరు. గ్రంథములలోనట్లె తరుచుగా యుదహరింపబడినది. (Do P. 13)

వైశాలినగర ఉత్తరభాగ మంతయు లిచ్ఛవీయులచే నాక్రమింపబడినది, వైశాలిలోని యొకరాజు శతపడనువాడు వసిష్ఠగోత్రికుడైన లిచ్ఛవీశాఖ క్షత్రియుడు—లిచ్ఛవీయుల ఆడపడుచైన "త్రిశలా" యనెడి మహావీరునితల్లి శతకునికిసోదరి. విదేహారాజ్యమునకు వైశాలిముఖ్యపట్టణం. ఈ ప్రకారము "లిచ్ఛవీయులు" సుక్షత్రియులని జైనవాఙ్మయమునందు కూడా గలదు.

(Kshatriya Clans in Buddhist India P. 14.

"The Licchavis were looked upon as persons of very high Pedigree"

(Kshatriya Clans in Buddhist India P. 13).

తా॥ లిచ్ఛవీయులు ఉత్తమవంశ సంభూతులుగా నెంచబడుచుండిరి.

"The Licchavis were Kshatriyas of Vāsistha Gotra" (do P. 13)

తా॥ లిచ్ఛవీయులు వాసిష్ఠగోత్రీకులైన క్షత్రియులు.

"The Sakyas and the Licchavis are branches of the same people".

(Kshatriya Clans in Buddhist India P. 17)

తా॥ శాక్యులును, లిచ్ఛవీయులును యొకే జాతికి చెందిన రెండుశాఖలు.

"The Sākya race (to which the Buddha belonged) was divided into three parts, whose most celebrated representatives were Sākya the Great (the Buddha), Sākya the Licchavi, and Sakya the mountaineer".

(Vide His. of the Eastern Mongols Page 21. By Sanang Setsen & Kshatriya Clans 17).

తా॥ శాక్యవంశమునందు మూడంతశ్శాఖలు గలవు. 1. మహాశాక్యులు. 2. లిచ్ఛవీయశాక్యులు. 3. పార్వతీయ శాక్యులు.

"The first Tibetan King, belonged to the family of Sakya the Licchavi".

(The life of the Buddha. By Rockhill Popular Edition Page 203 Note)

తా॥ మొదటిటిబెట్టు రాజులిచ్ఛవీయ శాక్యవంశమునకు చెందిన వాడు.

"The Licchavis were of pure Kshatriya parentage on both sides".

(Page 27 of Kshatriya Clans in Buddhist India).

తా॥ లిచ్ఛవీయులు తల్లి వైపున, తండ్రి వైపున పవిత్రమైన క్షత్రియ వంశమునకు చెందిన వారలై యుండిరి.

"The Licchavis were pure Kshatriyas by origin"

(Kshatriya Clans in Budd. India P. 25)

తా॥ లిచ్ఛవీయులు జన్మతః పవిత్రమైన క్షత్రియులు.

"Just as Ajatasatru had gloried in the title of "Videhiputto", the son of a daughter of Videha people, that is, of the Licchavis who occupied the Videha country, so also it was considered a glory to an orthodox Gupta Emperor to have been a "Lecchavi dauhitra or the son of a daughter of the Licchavis."

(Kshatriya Clans in Buddhist India P. 27, 28.)

తా॥ అజాతశత్రువనెడి మగధరాజు తాను విదేహానగరవాసియగు వాని కుమార్తె (వైదేహి) యొక్క- అనగా లిచ్ఛవీ ఆడపడుచుకు కొడుకు నని చెప్పుకొనుటయెట్లు తనకు గొప్పగౌరవముగా నెంచుచుండెనో అటు లనె సనాతనధర్మావలంబియగు గుప్తచక్రవర్తియు తాను లిచ్ఛవీ ఆడ పడుచు కుమారుడనని చెప్పుకొనుట గొప్పగౌరవముగా నెంచియుండెను.

"The power and glory of the Licchavis during the period of Brahmanic revival under the Guptas were as great as under the Sisunakas and the

Mauryas and that their position as one of the leading and most honoured Kshatriya families in Eastern India was fully recognised."

(Kshatriya Clans in Buddhist India P. 29)

॥తా॥ లిచ్ఛవీయుల అధికారము, ప్రతిష్ఠ శిశునాగ, మౌర్యరాజ వంశముల పరిపాలనా కాలమునందెట్లుండెనో అటులనె వైదికమతము తిరిగి వృద్ధిబొందిన గుప్తరాజుల కాలమునగూడ నుండి తూర్పుభారత వర్షమునగల ఉత్తమ క్షత్రియకుటుంబములలో నొకటిగ సంపూర్ణ గౌరవము గలిగియుండెడిది.

"సిగాలజాతక" మనుబౌద్ధగ్రంథ పీఠికలో "ఉన్నతజాతియైన క్షత్రియజాతిలో పుట్టిన లిచ్ఛవీకన్య" అనువాక్యమిట్లు వ్రాయబడి యున్నది,

"లిచ్ఛవీకుమారిక క్షత్రియాధీతా జాతిసంపన్న"

(Vide Sigalajataka Edited by V. Fausboll Vol, III P. 5) & Kshatriya Clans in Buddhist India P. 10 Foot-Note 3.)

లిచ్ఛవీశాఖకుచెందిన క్షత్రియులు మిగత క్షత్రియశాఖలన్నిటి లోను పవిత్రమైన క్షత్రియ సాంప్రదాయము కలిగిన శాఖగా యెంచ బడినది. వారితో వివాహసంబంధములు కలుపుకొనుట యొక మహా గౌరముగా మిగత క్షత్రియ సామాన్యులేగాక క్షత్రియ మహారాజులు గూడను లిచ్ఛవీక్షత్రియ కన్యలను వివాహమాడ గోరుచుండెడివారు.

నేపాళరాజులతో గుప్తరాజుల సంబంధం

నేపాళరాజులు "లిచ్ఛవీ" వంశమునకుచెందిన సూర్యవంశ క్షత్రియులు. లిచ్ఛవీయశాఖకుచెందిన వంశములు "తొమ్మిది" అని మనము లోగడ తెలుసుకొనియున్నాము. అందులో ఒక శాఖకుచెందిన "భూమివర్మ మహారాజు" కలి 1389 సం॥ (క్రీ॥ పూ॥ 1713) రమున నేపాలుదేశమునకు రాజయ్యెను. ఇతనికి పూర్వము నేపాలుదేశమును

పరిపాలించిన రాజవంశములు నాలుగు గతించినవి. ఐదవ రాజవంశము లిచ్ఛవీ సూర్యవంశము. భూమివర్మ మొదటిరాజు. ఈ వంశమువారిలో యిరువదియేడవ రాజు శివదేవవర్మ కలి 2764 లగాయతు 2825 వఱకు (క్రీ॥ పూ॥ 338-277) రాజ్యము చేసియుండెను. (ఈ నేపాళ రాజ వంశావళి మాచే వ్రాయబడిన "కలిశక విజ్ఞానం ప్రథమ భాగము 68-69 పేజీలలో వివరింపబడినది.) ఈ లిచ్ఛవీ వంశమువారు కలి 3001 (క్రీ॥ పూ॥ 101) సం॥ వఱకు రాజ్యముచేసిరి. వీరికి పిమ్మట నేపాలు రాజ్యమును పరిపాలించిన ఆఱవవంశము —ఠాకూరు వంశము. వీరిలో మొదటిరాజు అంశుమంతుడు ఇతడు కలి 3001–3069 వఱకు (క్రీ॥పూ॥ 101–33) రాజ్యము చేసియున్నాడు. ఈ ఠాకూరు వంశమువారును సూర్యవంశపు క్షత్రియులైయున్నారు. నేపాలురాజుకు అల్లుడైనందునను, నేపాలురాజుకు పుత్రసంతానము లేనందున భార్యయగు నేపాలురాజు కుమార్తెద్వారా ఠాకూరువంశమువారు రాజులైరి.

అదే ప్రకారం నేపాలురాజు కల్లుడైన గుప్తచంద్రగుప్తుడు నేపాలురాజు సహాయమున వేరురాజ్యమును సంపాదించి పరిపాలించు రాజుగా నాయెను.

గుప్తరాజులు పవిత్రమైన "క్షత్రియ" శాఖకు చెందినవారగుట వలన నేపాళదేశపు రాజులు తమ ఆడపిల్లల నీ గుప్తవంశ క్షత్రియుల కిచ్చెడివారు. "ఘటోత్కచగుప్త" యను క్షత్రియుని కుమారునికి రాజ్యము లేకుండినను లిచ్ఛవీ వంశస్థుడైన నేపాళదేశపు రాజు తన కుమార్తెను గుప్తచంద్రగుప్తుని కిచ్చి వివాహ మొనర్చియుండెను. ఆ పిమ్మట గుప్తచంద్రగుప్తుడు నేపాళదేశపు రాజు సహాయమున అల్ప రాజ్యమును సంపాదించియుండెను. అతనికి నేపాలుదేశపు రాజు కుమార్తె "కుమారదేవి" వలన సముద్రగుప్తుడను కుమారు డుదయించెను. కొంతకాలమునకు చంద్రగుప్తుడు లిచ్ఛవీ క్షత్రియులలో సామాన్య కుటుంబమునకు చెందిన యొక స్త్రీని వివాహమాడెను. ఆమెకు "ఘటోత్కచుడ" నెడి పేరున యొక కుమారు డుదయించెను. న్యాయ ముగా సముద్రగుప్తునికి చెందవలసిన రాజ్యమును ఘటోత్కచుని కిచ్చు

టకు రాజు సంకల్పించినందున సముద్రగుప్తుడు తన మాతామహుడగు నేపాళదేశపు రాజు సాయమున తండ్రిని బంధించి సవతితమ్ముని సంహారించి తాను రాజయ్యెను.

A son-in-law of the Licchavi family, a son of Ghatotkacha Gupta, Chandra Gupta I Established a New Kingdom"

(Prachina Mudra, P. 121 By R. D. Banerji) & (Kshatriya Clans in Buld. India P. 13~).

లిచ్ఛవీయుల అల్లుడును ఘటోత్కచగుప్త అను వాని కుమారుడును అగు మొదటి చంద్రగుప్తుడు ఒక క్రొత్త రాజ్యమును స్థాపించెను, చంద్రగుప్తుడు ఆంధ్రశాతవాహన రాజువద్ద సామాన్యోద్యోగిగా ప్రవేశించి పిమ్మట సేనాధిపతియయ్యెను. ఇతని కుమారుడు సముద్రగుప్తుడు కూడను శాతవాహన రాజుల కొలువులోనే యుండెను. ఈగుప్తవంశపు క్షత్రియులనేకులు శాతవాహనరాజుల కొలువులోనున్నటుల శాసనముల వలన తెలియుచున్నది.

"The Nepal inscriptions point out that there were two distinct houses, one of which known as the Thakuri family, is mentioned in the Vamsavali but is not recorded in the inscriptions, and the other one was the Licchavi or the Surya Vamsi family which issued its charters from the house or palace called Managriha and used an era uniformly with the Gupta epoch. Thus we find that the Licchavis were not inferior to the imperial Guptas so far as rank and power were concerned. Their friendly relations with the Guptas were established by the marriage af Chandra Gupta I with Kumara Devi a daughter of the Licchavis."

(Vide Fleet, Corpus Inscriptionum Indicarum, Vol. III P. P. 133, 135) & Kshatriya Clans in Budd. India P. 138).

తా॥ నేపాలు రాజవంశములో రెండు ముఖ్యశాఖలు గలవని నేపాలు శాసనములు చెప్పుచున్నవి అందులో వకటగు "రాకూరు" వంశము శాసనములలో కనుపడలేదు. "నేపాలు రాజవంశావళి"యనెడి చరిత్రలో యుదహరింపబడినది రెండవది "లిచ్ఛవీ" వంశము. ఇది సూర్యవంశమునకు చెందినది. "మానగ్రిహా" అను రాజగృహము నుండి రాజశాసనములు వెలువడుచుండేవి. గుప్తశకముతో సమానమగు యొక శకమునుపయోగించెడివారు. హోదాలోగాని అధికారంలో గాని గుప్తరాజులకు తగ్గిపోయినవారుకారు వీరికి గుప్తరాజులతోగల స్నేహము మొదటి చంద్రగుప్తునికిని లిచ్ఛవీ ఆడపడుచు కుమారదేవికిని జరిగిన వివాహమువలన యేర్పడినది. పై పేరాలోని "గుప్తశకముకో సమానమగు శక" మనగా క్రీ॥ పూ. 457 సం॥రమున యేర్పడిన "శ్రీహర్ష శకము." దీనిని బయట పెట్టిన తమ చారిత్రిక కాలములలోని తప్పులు బయట పడునని పాశ్చాత్య పండితులు దానిపేరు చెప్పక గుంభనగా నుంచిరి.

"దివ్యావదాన" మనెడి బౌద్ధగ్రంథములో యిట్లు చెప్పబడియున్నది.

"మగధరాజ్యమునకు రాజధానియైన రాజగ్రిహాయందు" బింబిసారుడను రాజు రాజ్యము చేయుచుండెను. "వైదేహి" (విదేహా దేశపు స్త్రీ అనగా విదేహారాజ్యములో వసించెడి లిచ్ఛిలీయుల ఆడపడుచు) ఆయనకు పట్టపురాణి, అజాతశత్రు అతని కుమారుడు. గనుక అజాతశత్రువు తాను "వైదేహిపుత్రో" (అనగా విదేహాదేశ లిచ్ఛివీయ స్త్రీ కుమారుడు.) వైదేహి కుమారుడనని వ్రాసుకొని యున్నాడు."

(Kshatriya Clans in Budd. India P. 125).

"In the Nepal Vamsavali, the Licchavis have been alloted to the Suryavamsa or solar race of the Kshatriyas."

(Indian Antiquary. Voi. XXXVII P. P. 78-90) & Kshatriya Clans in Budd. India P, 14)

తా॥ నేపాళవంశావళి చరిత్రలో లిచ్ఛవీయులు సూర్యవంశపు క్షత్రియులని చెప్పబడియున్నది.

"లిచ్ఛవీయ క్షత్రియులు, మల్ల క్షత్రియులు, శాక్యలిచ్ఛవీ క్షత్రియులు వసిష్ఠగోత్రీకులైన సూర్యవంశపు క్షత్రియులు".

Kshatriya Clans in Budd. India P. 17.)

"లిచ్ఛవీయులు ఉత్తమ సాంప్రదాయమునకు చెందిన క్షత్రియ జాతివారైనందున వారితో వివాహ సంబంధములు కలుపుకొనుట తూర్పుభారతములోని గొప్పవంశీకులైన చక్రవర్తులు, రాజులును తమకు గొప్ప గౌరవప్రదమైనదిగా నెంచుచుండెడివారు."

(Kshtriya Clans in Budd. India. P. 23)

మహావీర, బుద్ధులకు పిమ్మట సుమారు రెండుశతాబ్దములకు రాబడిన (మౌర్య) చంద్రగుప్తుని కాలమునగూడను లిచ్ఛవీయులు ఉత్తర భారతములో పశ్చిమమున నివసించెడి ఉత్తమక్షత్రియులైన "మద్రులు" మధ్యభాగముననుండెడి కురు, పాంచాలులు, తూర్పుననుండెడి మల్ల క్షత్రియాదులతో సమానహోదా అధికారములతో నుండెడివారు. రైతులవలన పన్నులు వసూలుచేసుకొనెడి భూవసతులు గలవారలు రాజులని పిలువబడుచుండెడివారు.

(Kshatriya Clans in Budd India P 23)

క్రీ॥ పూ॥ 327 to 82 వరకు మగధసామ్రాజ్యమును పాలించిన గుప్తచక్రవర్తుల కాలమున లిచ్ఛవీయులస్థితి యిట్లు వర్ణింపబడినది.

"It was considered a glory to an orthodox Gupta Emperor to have been a Licchavi - Duhitra or the son of a daughter of the Licchavis."

(Kshatriya Clans in Budd. India (P. P. 27, 28)

తా॥ లిచ్ఛవీ దౌహిత్రుడు లేక లిచ్ఛవీయుల వంశపు ఆడపడుచుకు కుమారుడనని చెప్పుకొనుటయొక గొప్పగౌరవముగా సనాతన వైదిక సాంప్రదాయమునకు చెందిన గుప్తచక్రవర్తియైన సముద్రగుప్తుడు యెంచియుండెను.

డాక్టరుఫ్లీటు (Dr. Fleet) పండితుడీవిధముగా వ్రాసి యున్నాడు.

"The Licchavis were then at least of equal rank and power with the early Guptas is shown by the pride manifested by the latter in this alliance as exhibited in the record of names of Kumara Devi etc"

(Kshatriya Clans in Buddhist India P. 28) & J. Fleet, Gupta Inscitions - Corpous Ins. Ind. Vol. III Introduction, P. 155)

తా॥ లిచ్ఛవీయ ఆడపడుచైన కుమారదేవి నామముతో (ఆమె తల్లిదండ్రుల వంశావళినికూడను తమ శాసనములలో) చేర్కొనుట వలనను లిచ్ఛవీయ సంబంధమున తమకు కలిగిన గౌరవమునకు గర్వించుచున్నటుల ప్రకటించుకొనుటవలనను ప్రారంభగుప్తచక్రవర్తుల కాలమున గూడను లిచ్ఛవీయులు గుప్తచక్రవర్తులతో సమానఫాయాయందున్నటుల స్పష్టపడుచున్నది. అని ఫ్లీటు పండితుడు వ్రాసి యున్నాడు

గుప్తచక్రవర్తులందరు తమ శాసనములలో మహారాజశ్రీ ఘటోత్కచ పౌత్రస్య మహారాజాధిరాజశ్రీ చంద్రగుప్త పుత్రస్య "లిచ్ఛావి దౌహిత్ర"స్యమహాదేవ్యాం కుమారదేవ్యా ముత్పన్నస్య శ్రీమన్మహారాజాధిరాజ..."శ్రీ సముద్రగుప్తస్య పుత్రేణ" అని లిచ్ఛవీయసంబంధము నెత్తుకొని తరువాత అట్టి సముద్రగుప్తుని కుమారుడను లేక మనుమడను లేక మునిమనుముడనని వ్రాసుకొనియుండిరి. ఈ వాక్యములు "వైశ్య ధర్మ ప్రకాశిక" లో ప్రచురింపబడిన గుప్తశాసనములలో తొలగింపబడి మిగత భాగము మాత్రము తర్జుమాచేయబడి ప్రకటింపబడినది.

లిచ్ఛవీయులు స్వచ్ఛమైన సూర్యవంశ క్షత్రియులు. "విదేహ రాజ్యమునకు రాజధానియైన వైశాలి" వీరికి నివాసము. బుద్ధుని కాలమునుండి గుప్తచక్రవర్తుల కాలమువఱకు వీరు మగధ చక్రవర్తులతో సమానహోదాగలిగి యుండెడివారు. లిచ్ఛవీ ఆడపిల్లలను వివాహము చేసుకొని వారితో స్నేహ, బాంధవముల నెఱపుట తమకు గౌరవముగా

ఉత్తర భారతమునందలి రాజులందరు తలంచెడివారు. గుప్తరాజులు సనాతన ధర్మావలంబులగు క్షత్రియులు. వీరివలననే వైదిక ధర్మముతిరిగి విజృంభించినది. వీరు వైదికవిద్యలను ప్రోత్సహించిరి అశ్వమేధాది యజ్ఞము లాచరించిరి. సంస్కృతమును వారు రాజభాషగ నొనర్చిరి. వైదిక ధర్మావలంబియై, చాతుర్వర్ణ్యవ్యవస్థ నంగీకరించి దాని నవలంబించువాడెవడును తన జాతికి పై జాతినుండి గాని, తక్కువజాతినుండి గాని కన్యను స్వీకరించి వివాహమాడడు. అందులో రాజ్యమును పరిపాలించురాజు లెప్పుడును జేయుటకు వీలులేదు.

గుప్తరాజులు సూర్యవంశక్షత్రియులు

గుప్తరాజులను వైశ్యులుగా నెంచినయెడల సనాతన ధర్మావలంబియగు సద్వైశ్యుడు తన జాతికంటె పైదగు క్షత్రియకన్యను వివాహమాడి విలోమ సంకరజాతి సంతానమును కలిగించుట కంగీకరింపడు. పవిత్రమగు సూర్యవంశమునకు చెందిన క్షత్రియులమని గర్వించెడి లిచ్ఛవీ వంశస్థులు తమ ఆడపడుచులను తమకు తరువాత కులమగు వైశ్యులకిచ్చి వివాహమొనర్చుట కంగీకరింపరు. సుక్షత్రియులైన లిచ్ఛవీ క్షత్రియ సంబంధమువలన గుప్తరాజులును సుక్షత్రియులై యుండవలయునుగాని వైశ్యులని చెప్పుట కెట్టి యవకాశములేదు. గుప్తచంద్రగుప్తుడు వైశ్యుడై యుండి క్షత్రియ కన్యను వివాహమాడినందున ఆ దంపతులకు కలిగిన సంతానము "కుమారగుప్తుడు" సుక్షత్రియుడు గాని, సద్వైశ్యుడుగాని కాజాలడు. ఆతడు మాగధుడ"ను పేరుగల విలోమ సాంకర్యము గలిగిన హీనజాతిని బొందును.

శ్లో॥ "క్షత్రియా ద్విప్రకన్యాయాం సూతో భవతి జాతితః.
వైశ్యాన్మాగధ వైదేహౌ రాజవిప్రాంగనాసుతౌ॥" (మనువు౧౦.౧౧)

తా॥ క్షత్రియునికి బ్రాహ్మణస్త్రీయందు బుట్టినవాడు సూతుడు. వైశ్యునికి క్షత్రియ స్త్రీయందు బుట్టినవాడు మాగధుడు. బ్రాహ్మణ స్త్రీయందు బుట్టినవాడు వైదేహకుడు.

శ్లో॥ వైశాన్మాగధ వైదేహా క్షత్రియాత్సూత ఏవతు।
ప్రతీపమేతే జాయంతే పరేఽప్యపశదాస్త్రయః॥ (మను. ౧౦.౧౭)

తా. వైశ్యునికి క్షత్రియా, బ్రాహ్మణీలందు బుట్టిన మాగధ వైదేహులును. క్షత్రియునివలన బ్రాహ్మణియందు బుట్టిన సూతుడును ఏ మువ్వురును ప్రతిలోమమున బుట్టినవారుగాన పుత్రకార్యమున కనర్హులు. ద్విజస్త్రీలకు పుట్టినవారైనను ప్రతిలోమమున బుట్టినవారికి ఉపనయన సంస్కారముండదు ఉపనయనము లేనివానికి వేదోక్త కర్మలాచరించెడి యర్హత కలుగదు. (మనువు ౧౦–౪౧)

వైశ్యకన్యయైన "కన్యకాదేవిని" తమ కులముకంటె అధిక కులమైన చంద్రవంశ క్షత్రియుడు, ఆకాలమున దేశమును పరిపాలించుచుండెడి రాజు తనకిచ్చి వివాహము చేయుటకు వైశ్యులను కోరగా కన్యకతండ్రి అంగీకరింపలేదు. వైశ్యసంఘములో హెచ్చుమంది కన్యకతండ్రికి చెప్పినట్లు వైశ్యులకు ధర్మశాస్త్ర మనదగిన "వైశ్యధర్మ ప్రకాశిక" యందిట్లుదాహరింపబడినది.

శ్లో॥ సోమవంశోద్భవో రాజా త్వస్మాక మధికః కులే।
దత్వా సుఖేన తిష్ఠామో నదోషః ప్రతిభాతినః॥
(వైశ్యధర్మ ప్రకాశిక ౧౦ అధ్యా ౧౦ శ్లో)

తా॥ చంద్రవంశమందు బుట్టినవాడును, మనకంటె కులమందధికుడు నగును. గనుక నాయనకు కన్యనిచ్చి సుఖముగ నుందమనియు, మనకేమియు దోషము లేదనియు చెప్పిరి.

శ్లో॥ "తచ్ఛ్రుత్వా కేచన ప్రోచుర్వర్ణే తరసుతా కలా।
నిషిద్ధా భూ విభో దుష్టో గృహ్ణాత్యేవ బలాత్స్వయం॥"
(వై॥ ధ॥ ప్ర॥ ౧౧–౧౧.)

తా॥ ఆమాటలువిని భిన్నవర్ణస్తు కు పరస్పర బంధుత్వము కలియుగమందు నిషేధము గనుక కూడదనిరి. (మరికొందరు) రాజు దుష్టాత్ముడు గనుక కన్యను బలాత్కారముగనైన తీసుకొనుననిరి.

శ్లో॥ వైశ్యాన్మాగధ వైదేహౌ క్షత్రియాత్సూత ఏవతు।
ప్రతీపమేతే జాయంతే పరేఽ ప్యపశదాస్త్రయః॥ (మను. ౧౦.౧౭)

తా. వైశ్యునికి క్షత్రియా, బ్రాహ్మణీలందు బుట్టిన మాగధ వైదేహులును. క్షత్రియునివలన బ్రాహ్మణియందు బుట్టిన సూతుడును ఏ ముప్వురును ప్రతిలోమమున బుట్టినవారుగాన పుత్రకార్యమున కనర్హులు. ద్విజస్త్రీలకు పుట్టినవారైనను ప్రతిలోమమున బుట్టినవారికి ఉపనయన సంస్కారముండదు ఉపనయనము లేనివానికి వేదోక్త కర్మలాచరించెడి యర్హత కలుగదు. (మనువు ౧౦–౪౧)

వైశ్యకన్యయైన "కన్యకాదేవిని" తమ కులముకంటె అధిక కులమైన చంద్రవంశ క్షత్రియుడు, ఆకాలమున దేశమును పరిపాలించుచుండెడి రాజు తనకిచ్చి వివాహము చేయుటకు వైశ్యులను కోరగా కన్యకతండ్రి అంగీకరింపలేదు. వైశ్యసంఘములో హెచ్చుమంది కన్యక తండ్రికి చెప్పినట్లు వైశ్యులకు ధర్మశాస్త్ర మనదగిన "వైశ్యధర్మ ప్రకాశిక" యందిట్లుదాహరింపబడినది.

శ్లో॥ సోమవంశోద్భవో రాజా త్వస్మాక మధికః కులే।
దత్వా సుఖేన తిష్ఠామో నదోషః ప్రతిభాతినః॥
(వైశ్యధర్మ ప్రకాశిక ౧౦ అధ్యా ౧౦ శ్లో)

తా॥ చంద్రవంశమందు బుట్టినవాడును, మనకంటె కులమందధికుడు నగును. గనుక వానికి కన్యనిచ్చి సుఖముగ నుందమనియు, మనకేమియు దోషము లేదనియు చెప్పిరి.

శ్లో॥ "తచ్ఛ్రుత్వా కేచన ప్రోచుర్వర్ణేతరసుతా కలౌ।
నిషిద్ధా భూ విభోర్దుష్టో గృహ్ణాత్యేవ బలాత్స్వయం॥"
(వై॥ ధ॥ ప్ర॥ ౧౧–౧౧.)

తా॥ ఆమాటలువిని భిన్నవర్ణస్థులకు పరస్పర బంధుత్వము కలియుగమందు నిషేధము గనుక కూడదనిరి. (మరికొందరు) రాజు దుష్టాత్ముడు గనుక కన్యను బలాత్కారముగనైన తీసుకొనుననిరి.

కాశ్మీర రాజులు (1) అవంతివర్మ క్రీ॥ శ॥ 855-883; (2) శంకర వర్మ క్రీ॥ శ॥ 883—902, (3) యశస్కర క్రీ॥ శ॥ 902—948; ఈతనికి పిమ్మట యీతని మైనరు కుమారుడు చనిపోగా కాశ్మీరమంత్రిగా నుండిన "పర్వగుప్త" రాజై రాజ్యమును 948_949 వరకు వక సంవత్సరం మాత్రం రాజ్యముచేసి మరణించెను. అతనికి పిమ్మట ఆతని కుమారుడు "క్షేమగుప్త" క్రీ॥ శ॥ 950—958 వరకు పరిపాలించెను. ఈ గుప్తవంశమువారు క్షాత్రమవలంబించిన బ్రాహ్మణులు. వీరిని ఉత్తర దేశమున "బ్రహ్మక్షత్రు" లందురు. ఈ క్షేమగుప్తుని భార్యా "దిద్దా" అను నామె బ్రహ్మక్షత్రులైన "లోహారువంశము" వారి ఆడపడుచు. ఈ "దిద్దా" తల్లి ఆఫ్ఘనిస్థానము పంజాబుదేశములలోని తురుష్కరాజులను వెడలగొట్టి హిందూసాహియా యనెడి రాజవంశమును క్రీ॥ శ॥ ఎనిమిదవ శతాబ్దములో స్థాపించిన "లల్లియా" యను బ్రాహ్మణరాజు వంశములోనిదై యున్నది. ఈ వంశములో 1. లల్లియా 2. సామంత 3. కమలవర్ధన 4 భీమసాహి 5. జయపాల 6. ఆనందపాల 7. త్రిలోచనపాల 8. భీమపాల అను ఎనమండుగురు రాజ్యముచేసియుండిరి. త్రిలోచనపాలుడు క్రీ॥ శ॥ 1021 సంవత్సరములోను భీమపాలుడు క్రీ॥ శ॥ 1026 సం॥లోను మహమ్మదీయులతో జరిగిన యుద్ధములలో చంపబడెను. (ఆల్బెరూని ఇండియా 2 అధ్యా. 13, 14 పుటలు చూడుడు) ఈహిందూసాహియా బ్రాహ్మణవంశపు మూలపురుషుడు "లల్లియా" వంశములో నాలుగవరాజగు "భీమసాహి" యను రాజుకుమార్తె. ఈ "దిడ్డా, క్షేమగుప్త" దంపతులకు జన్మించినవాడు "అభిమన్యుగుప్త" ఈతడు స్వల్పకాలమె జీవించెను. ఈతని కుమారుడు "నందిగుప్త". క్రీ॥ శ॥ 972 లో రాజయ్యెను. కాని యీతడును, యీతని తమ్ములిద్దరున్నూ రాజ్యములో యేర్పడిన పార్టీస్పర్ధలవలన చంపబడినందున తల్లి "దిడ్డా" యే రాణియయ్యెను. ఈమె క్రీ॥ శ॥ 98? సం॥రం లగాయతు 1003 సం॥రం వరకు రాజ్యముచేసియున్నది. (కల్హణునిరాజ తరంగిణి చూడుడు.) పదవ శతాబ్దాంతమున "నవసాహసాంక చరిత్ర" వ్రాసిన "పద్మగుప్తుడు" ధారానగరరాజగు ముంజరాజు ఆస్థాన పండితుడు బ్రాహ్మణుడు.

బ్రాహ్మణరాజవంశములలోకూడను "గుప్త"అనెడి యింటిపేరు గలవారు గలరని పై కాశ్మీరరాజు చరిత్రవలన తెలియుచున్నది. అందువలన "గుప్త" యను శబ్దమున్నంతమాత్రమున అది కులమును దెలుపునది కాదని స్పష్టపడుచున్నది. "గుప్త" అనునది యింటిపేరు. అదిగాక వైశ్య రాజవంశములోని శ్రీహర్షశిలాదిత్యాదులెవరును "గుప్త" శబ్దమును వారి వ్యావహారిక నామములలో చేర్చుకొనియుండలేదు. అంతమాత్రమున వారు "వైశ్యులు"కారని చెప్పుటకు వీలులేదు. వైశ్యశ్రేష్ఠులలో వేయికి, లక్షకు ఎవరో యొకానొకరుతప్ప యెవరును వారి వ్యావహారిక నామములలో "గుప్త" శబ్దమును యేనాడును చేర్చుకొనుచుండుట లేదు. "గుప్త" శబ్దము చేరినచోట్లంతటను వైశ్యపరముగా అర్థము చేయడం సమంజసముకాదు. విచారణలేని నిర్ణయమగును.

లిచ్ఛవీ క్షత్రియ శాఖలు

లిచ్ఛవీయులలో తొమ్మిది అంతశ్శాఖలు గలవు లిచ్ఛవీయులను చెప్పవలసి వచ్చినప్పుడు యీ పేర్లలో నేదియో నొక పేరున మొత్తము లిచ్ఛవీశాఖను చెప్పుట ఆచారముగా వారిలో నున్నందున అవన్నియు కలిసి యే పేరున పిలిచినను యొక లిచ్ఛవీశాఖనే సూచించునట్లుండుటచే కొంచెము గందరగోళముగా కనుపడుచుండును. అందెనిమిది శాఖలవారు కలిసి యొక సంఘముగా నేర్పడి వారి రాజ్యమును పరిపాలించుకొనుచుండిరి. తొమ్మిదవది నేపాలుదేశపు రాజులు.

శాఖల వివరము

1. లిచ్ఛవీ(నేపాలు) 2. పావానగరమల్లక్షత్రియులు, 3. లిచ్ఛవీ శాక్య, 4. కుశీనారమల్ల క్షత్రియులు 5. వైదేహ (లిచ్ఛవీ లేక మైథిలీ) 6. తిరభుక్త, 7. వజ్జియ, 8. కోలీయ, 9. వైశాలిలిచ్ఛవి. ఈ శాఖల యందు గోత్రభేదము గలదు. అందు 1, 2, 4, 5, 7, 9 శాఖలు వసిష్ఠ గోత్రీకులు. 3, గౌతమ గోత్రీకులు. 6, 8 వైయాఘ్రపాద గోత్రమువారు. ఈ శాఖలలో బౌద్ధమతము నవలంబించినవారలు, జైనమతము నవలంబించినవారలు గలరు.

వీరిని చెప్పవలసినచోట వైదేహులని, వజ్జియనులని, సూర్యవంశీలని, లిచ్ఛవీయులని, వాడుచుండుట గలదు ఇందే పేరున చెప్పినను అన్ని శాఖలకు వర్తించునట్లు కనుడుచున్నది.

ఇందులో ఒక్క నేపాలు లిచ్ఛవీవంశశాఖతప్ప మిగత యెనిమిది శాఖలవారును చేరి యొక్క సమాఖ్యగా నేర్పడి తమతమ రాజ్యములను పరిపాలించుచుండెడివారు. నేపాలు రాజవంశమునకు సన్నిహితులై నేపాలురాజ్య సమీపములో గొప్ప భూస్వాములుగానుండి కులపెద్దలైనందువలన యెట్టి రాజ్యాధికారము లేకపోయినను వంశప్రతిష్ఠవలన నేపాలురాజులతో సంబంధబాంధవ్యములను గలిగినవారు గుప్తవంశీయులు. నేపాలురాజ్య సమీపములో రాజ్యాధికారమేమియు లేనందున వీరిపేరేమియు బైటికిరాక మఱుగుపడియుండిరి. గుప్త చంద్రగుప్తుడు నేపాలు రాజవంశమునకుచెందిన "కుమారదేవి"ని వివాహమాడునాటికి యితనికి రాజ్యాధికారమేమియులేదు. శ్రీగుప్తుని మనుమడు ఘటోత్కచగుప్తుని కుమారుడు, సూర్యవంశ క్షత్రియుడు నేపాలు లిచ్ఛవీశాఖవారికి కులపెద్ద; నేపాలు రాజులకు బంధుకోటిలోనివాడు; సామాన్య భూస్వామి మాత్రమే. కుమారదేవిని వివాహమాడిన పిమ్మట నేపాలురాజుల సహాయమున బీహారు, టిర్హూటు, అయోధ్య యనెడి మూడుజిల్లాలను జయించి వానికి రాజై రాజ్యముచేసి యున్నాడు.

(Vide History of India By K. V. Rangaswamy Iyyangar. Part I Page 92).

లిచ్ఛవీయుల సమాఖ్య యెనిమిదిశాఖలవారుచేరి యేర్పాటు చేసుకొనినదై యున్నది.

"The Vajjians, a confederation of eight clans of vhich the chief were the Licchavis of Vaisali."

(Ancient India. By S. Krishnaswamy Ayyangar Ed. 1911 Page 8).

తా॥ వజ్జియనులు (అనగా లిచ్ఛవీశాఖ క్షత్రియులు) యెనిమిది శాఖలవారుచేరి యేర్పడిన సమాఖ్యకు వైశాలీ లిచ్ఛవులు ముఖ్యులుగా నుండెడివారు. (నేపాలురాజులశాఖ యిందు చేరలేదు.) ఎనిమిది శాఖలతో యేర్పడిన యీ సమాఖ్యకు "అధ్ఠకులక" (అష్టకులక) అనగా యెనిమిది శాఖలతో కూడినది అని అర్థము.

(Vide Cunnigham, Ancient Geography of India P. 447).

ఒక్కొక శాఖనుండి యొక్కొక ప్రతినిధిచొప్పున ఎనమండుగురితో గూడిన సభవారు సివిలు, క్రిమినలు తగాదాలు తీర్పుచుందురు.

గుప్తరాజుల నాణెములు, శాసనములు

"Some of the coins of Chandra Gupta I have the name "Licchavi" on them"

(Kshatriya Clans in Buddhist India. P. 8)

తా॥ మొదటి చంద్రగుప్తుని నాణెములు కొన్నిటిలో "లిచ్ఛవి" యనుపే రుదహరింపబడియున్నది.

గుప్తరాజుల జాతిని తెలియజేయునట్టియు, దిగువ వుదహరింపబడినట్టియు సువర్ణనాణెము వైశ్యధర్మప్రకాశికలో ఉదహరింపబడలేదు. ఆ నాణెము గుప్తరాజులు "లిచ్ఛవీశాఖకు" చెందిన సూర్యవంశ క్షత్రియులని స్పష్టముగా "లిచ్ఛవాయ" అనుశబ్దముచే చెప్పబడినది. కుమారదేవి నేపాలు లిచ్ఛవీక్షత్రియ కన్యయైనను "గుప్తచంద్రగుప్తుని" వివాహమాడిన క్షణమునుండి ఆమెభర్త యింటిపేరున "కుమారదేవి గుప్త" యని పిలువబడును గాని పుట్టింటివారి పేరున పిలువబడదు. ఇది సృష్ట్యాది లగాయతు నేటివరకును జరుగుచుండిన భారతీయ ఆర్యుని సంప్రదాయమై యున్నది. అందువలన మొదటిచంద్రగుప్తుని బంగారు నాణెముమీద ముద్రింపబడిన "లిచ్ఛవాయ" శబ్దము గుప్తవంశము వారికి చెందినది గాని కుమారదేవి పుట్టినింటివారైన నేపాలు రాజులకు చెందినదికాదు. వారికి దీనితో నెట్టి సంబంధములేదు. వారు లిచ్ఛ

వారి కులమునకు చెందినవారైనను కావచ్చునుగాని ఈ నాణెముమీద గల "లిచ్ఛవాయ" శబ్దము వారి నుద్దేశింపబడినది కాదు, అది గుప్తవంశము వారి కులము నుద్దేశించి వ్రాయబడినది.

' A gold coin was introduced under the name of Chandra Gupta I. On one side of it were insised the figures of Chandra Gupta and his queen Kumara Devi and the words "Chandra Gupta" "Sree Kumara Devi" in the Brahmi Character, and on the other side were engraved the figure of Laxmi, the goddess of Fortune seated on a Lion and the word "Licchavayah '.

(Kshatriya Clans in Buddhist India P. 137) & Prachina Mudra By R. D Banerjee. P. 122).

తా॥ మొదటి చంద్రగుప్తుని పేరున(ఆతని పట్టాభిషేక కాలమందు) ఒక బంగారు నాణెము ముద్రింపబడి ఆతని రాజ్యములో చలామణి చేయ బడినది. ఆ నాణెముకొక వైపున చంద్రగుప్తునియొక్కయు ఆతని భార్యా కుమారదేవియొక్కయు బొమ్మలును "చంద్రగుప్త" "శ్రీకుమారదేవి" యని బ్రాహ్మిలిపి అక్షరములును ముద్రింపబడియున్నవి ఆ నాణెముకు రెండవ వైపున సింహముమీద కూర్చుండిన "లక్ష్మి" బొమ్మయున్నూ "లిచ్ఛవాయ", అను వాక్యమున్ను ముద్రింపబడియున్నవి "లిచ్ఛవాయ" అనగా లిచ్ఛవీజాతివారని అర్థము. దీనినిబట్టి చంద్రగుప్తుడు, కుమారదేవి లిచ్ఛవీక్షత్రియ శాఖకు చెందినవారని స్పష్టముగా ఆనాణెము మీద చెక్కబడియున్న దానినిబట్టియే ఋజువగుచున్నది. గుప్తరాజులు లిచ్ఛవీశాఖకు చెందిన సూర్యవంశపు క్షత్రియులని ఋజువుచేయుటకి ంత కంటె వేరుసాక్ష్య మేమికావలయును ?

2 సముద్రగుప్తుని అలహాబాదు రాతి స్తంభ శాసనము సంస్కృత ములో వ్రాయబడియున్నది. ఆ శాసనములో సముద్రగుప్తుని గురించి "లిచ్ఛావీదౌహిత్ర"అని వ్రాయబడియున్నది. అనగా "లిచ్ఛవీయుల

కూతురు కొడుకు" అని అర్థము. తాను లిచ్ఛవీక్షత్రియుడైన మొదటి చంద్రగుప్తునికి కుమారుడైనను తన తల్లికూడను లిచ్ఛవీయుల ఆడ పడుచేననియు తాను తల్లివైపున, తండ్రివైపున లిచ్ఛవీయుడనే ననియు తెలియుటకును తన తల్లివైపు వంశమువారి గౌరవార్థమును తాను "లిచ్ఛావీదౌహిత్రుడ"నని సముద్రగుప్తుడు వ్రాయించియుండెను. యీ అలహాబాదు రాతిస్తంభశాసనము "వైశ్య ధర్మప్రకాశికలో ప్రచురింప బడిన శాసనములలో చేర్చబడియుండలేదు. ఇది గుప్తరాజులు సూర్య వంశపు "లిచ్ఛవీ" క్షత్రియులని ఋజువుపరచదగిన శాసనము. దీనిని వైశ్యధర్మ ప్రకాశికలో గుప్తశాసనములను ప్రకటించినవారు "గుప్త రాజులు" వైశ్యులని చెప్పుటకు ప్రతిబంధకముగా నున్నందున యీశాస నమునుగాని మొదటి చంద్రగుప్తుని పైన వుదహరింపబడిన బంగారు నాణె మునుగాని వుదహరించియుండలేదని యెంచవచ్చును.

౩. సముద్రగుప్తుని కుమారుడైన రెండవచంద్రగుప్తుని మథుర రాతిశాసనములో యిట్లున్నది.

"సర్వరాజోచ్ఛేతుః......మహారాజశ్రీ ఘటోత్కచ పౌత్రస్య మహారాజాధిరాజశ్రీ చంద్రగుప్త పుత్రస్య లిచ్ఛావీ దౌహిత్రస్య మహాదేవ్యాం కుమారదేవ్యా ముత్పన్నస్య మహారాజధిరాజశ్రీ సముద్రగుప్తస్య పుత్రేణ తత్పారిగృహీతేన మహాదేవ్యాం దత్తదేవ్యా ముత్పన్నేన పరమభాగవతేన మహారాజాధిరాజశ్రీ చంద్రగుప్తేన" అని వ్రాయబడియున్నది. దీనిని వాసవిపత్రిక 9 వ సంపుటం ౨౩౩ పుటలో కూడను యిచ్చియున్నారు.

4. రెండవ చంద్రగుప్తుని కుమారుడగు మొదటి కుమారగుప్తుని "బిల్సాదు రాతిస్తంభముమీదగల గుప్తశకం 96లో (క్రీ॥పూ. 231సం॥) వేయబడిన శాసనములోకూడను వెనుకటి రెండవచంద్రగుప్తుని మథుర శాసనములో వలెనే "లిచ్ఛావీదౌహిత్రస్య మహాదేవ్యాం కుమారదేవ్యా ముత్పన్నస్య మహారాజాధిరాజశ్రీ సముద్రగుప్తస్య" అని ప్రారం

భించి తన తండ్రియగు రెండవ చంద్రగుప్తుని వుదహరించి తనవఱకు వంశక్రమము చెప్పుకొనబడినది. అందుకూడను తమ లిచ్ఛవీవంశము నెత్తుకొనబడియే యున్నది.

5. మొదటి కుమారగుప్తుని కుమారుడు స్కందగుప్తుని బీహారు రాతి స్తంభ శాసనములోకూడను "లిచ్ఛావీదౌహిత్రస్య...సముద్రగుప్తస్య" అని యెత్తుకొనబడి స్కందగుప్తునివఱకు చెప్పబడినది.

6. స్కందగుప్తుని భిటారి రాతి స్తంభ శాసనములో కూడను పై విధమున "లిచ్ఛావీదౌహిత్రస్య" అని ప్రారంభించి చెప్పబడినది.

7. సముద్రగుప్తుని గయలోని తామ్రశాసనములో కూడను "లిచ్ఛావీదౌహిత్రస్య"... ...సముద్రగుప్తస్య"అని వ్రాయబడియున్నది.

ఇంత స్పష్టముగా పై గుప్తశాసనములన్నిటిలోను తాము లిచ్ఛవీ శాఖకు చెందిన సూర్యవంశ క్షత్రియులమనియు లిచ్ఛవీశాఖకు చెందిన నేపాలు దేశపు రాజుల దౌహిత్రులమనియు చెప్పుకొనియుండగా "వైశ్య ధర్మప్రకాశికలో గుప్తరాజుల శాసనములను ప్రకటించినవారలు ఆశాసనములన్నిటిలోను పరంపరగా చెప్పుకొనబడుచుండిన "లిచ్ఛావీదౌహిత్రస్య మహాదేవ్యాం కుమారదేవ్యా ముత్పన్నస్య"అనెడి క్షత్రియులమని తెలుపగల వాక్యములనొదిలి "గుప్త" శబ్దమునకు "వైశ్యులని" లేని యర్థమును కల్పించి యింగ్లీషులోనికి తర్జుమాచేసి వానికి తెలుగర్థముతో ప్రకటింపబడినవి." ఆ వివరములు క్రింద యిచ్చుచుంటిమి చూడుడు.

వైశ్యధర్మప్రకాశిక 90 వ పుటలో యిట్లున్నది :

"The second record of the Gupta heritage, likewise perpetuated on stone, is to be seen in the Mathura inscription from the Katra Mound, wherein Samudra's parentage is apparently repeated in accordance with the tenor of the earlier monument The genealogy of the family is further extended in the inscription on the Bhitari lat or monolith, in the District of Ghazipur and its counterpart at Bihar, which carries the succession down to Skanda Gupta and an unnamed heir."

పై ఇంగ్లీషు వాక్యముకు తెలుగులో తాత్పర్యము పై గ్రంథములోననే యీయబడియున్నది చూచుడు.

"ఈ వైశ్యవంశమును గూర్చిన రెండవశాసనము కాత్రాకొండ నుంచి తేబడిన మధురశాసనమై యున్నది. అందు పూర్వశాసనము ననుసరించి సముద్రునియొక్క పితృవంశము తిరిగి వ్రాయబడినది. మరియు గాజీపురమందుండు "భీటరి" అను శాసనములోను బీహారులో నుండు శాసనములోను స్కందగుప్తునివరకు నాయనపేరను పర్యంతను నీ వంశావళి చెప్పబడినది" అని వ్రాయబడియున్నది.

వైశ్యధర్మ ప్రకాశికలో ప్రచురింపబడిన గుప్తశాసనములు నాణెములలో "గుప్తరాజులు క్షత్రియులని తెలియబడదగిన" లిచ్ఛావి దౌహిత్రు"లనియున్న వాక్యమునున్నూ తమవంశము లిచ్ఛవీవంశమని చెప్పబడిన మొదటి చంద్రగుప్తుని నాణెములోని "లిచ్ఛవాయ" అను దానినిన్ని యితరులకు తెలియకుండునటుల తొలగింపబడినవి. ఆ వాక్యములుగల కొన్ని శాసనములను, నాణెములను ప్రకటింపకయు, ప్రకటింపబడిన వానిలోనుండి ఆవాక్యములకు తర్జుమా చేయకయు విడిచి వేయబడినవి. "గుప్త" శబ్దమునకు మాత్రము "వైశ్య" అని లేని అర్థము కల్పింపబడి ప్రకటింపబడినది. కనుక వైశ్యధర్మ ప్రకాశికలో ప్రకటింపబడిన ప్రకారం గుప్తశాసనములు, నాణెములు ప్రమాణముగా తీసుకొనుట కుపయోగింపవు. లిచ్ఛవీ క్షత్రియులు సాధారణముగా వారి శాఖలోని కన్యలను యితరశాఖలవారి కివ్వకుండుటకును, యితరశాఖల నుండి తమ శాఖలోనికి తెచ్చుకొనకుండుటకును, రాజ్యమువలన శాసింపబడుచుండిరి.

"There were rules restricting the marriage of all girls born in Vaisali, to that city alone" No marriage was to be contracted outside Vaisali.

(Kshatriya Clans in Buddh. India P. 7.).

తా॥ (లిచ్ఛవీయులచే నాక్రమింపబడిన) వైశాలినగరములో జన్మించిన "(లిచ్ఛవీ) కన్య"లను ఆ నగరమందే వివాహమునకు యీయవలయునుగాని వైశాలినగరము బయటకు యీయకుండునటుల బయటశాఖలవారి కన్యలను తెచ్చుకొనకుండునటులను శాసింపబడిరి. ఇతర క్షత్రియశాఖలకు చెందిన కన్యలవలన తమ శాఖవారి గుణశీలాదులలో సాంకర్యముగలిగి తమ శాఖవారి పవిత్రతకును, గౌరవాతిశయములకును భంగము కలుగునని లిచ్ఛవీశాఖవారు భయపడుచు సాధ్యమైనంతవరకు యితరశాఖలతో రక్తసంబంధము కలుపుకొనెడివారు కారు. తమ కన్యలను యితర శాఖలవారికిచ్చిన భార్యను లోకువచేసి పురుషులు తమ శాఖవారి కవమానకరమగు విధమున ప్రవర్తించెదరను భయమున తమ కన్యలను సాధ్యమైనంతవర కితరశాఖలవారి కీయకుండెడివారు. ఇతరశాఖ పురుషుడు వివాహము చేసుకున్న యొక లిచ్ఛవీస్త్రీ తన భర్త హాస్యముచేయుచు లిచ్ఛవీయుల ఆడపడుచని తన శాఖ కవమానముగా నుండులాగున హాస్యమాడగా ఆ లిచ్ఛవీయుల ఆడపడుచు వెంటనే కత్తిదీసి భర్తకిట్లు ప్రత్యుత్తరమిచ్చినదట.

"హాస్యముగాగాని, లీలగాగాని తన పుట్టినింటివారి కవమానకరమగు ప్రసంగమును లిచ్ఛవీస్త్రీ విననిచ్ఛగింపదు. అట్టి ప్రసంగము పొరబాటున దొర్లినను అట్టి వానిని భర్తయైనను సహించదు. ఇట్టి ప్రసంగ మింకొకమారు దొర్లిన యీ లిచ్ఛవీ ఆడపడుచు భర్త శవముతో సహగమనమొనర్పగలదు." అని రోషావేశముతో భర్తను మందలించినదని చరిత్రలో చదివియుంటిమి. జాతి గౌరవమును ప్రధానముగా నెంచెడివారు గనుకనే భార్యకు తనతో సమాన గౌరవము నిచ్చి ప్రవర్తింపగలడని తోచిన పురుషునికే లిచ్ఛవీసంఘమువారు యితర శాఖలోని పురుషునకు తమ శాఖలోని కన్యనిచ్చి వివాహము చేయుటకంగీకారము

నిచ్చెడివారు. సంఘమువారి అనుజ్ఞ లేనిది లిచ్ఛవీయుడెవడును యితర శాఖలవారితో వివాహ సంబంధమొనర్పగూడదని శాసన మొనర్ప బడినది.

ఇట్టి స్థితిలో లిచ్ఛవీయుల ఆడపడుచును తమ జాతికి తరువాత జాతికి చెందినవారికెట్లు యీయగలరు? గుప్త శబ్దమాత్రముచే గుప్త రాజులు వైశ్యులని యెంచుట పొరబాటు. అందులో "కుమారదేవి" ప్రజాపరిపాలన చేయుచుండిన నేపాళరాజువంశములోనిదై యున్నది.

"(Kumara Devi) She belonged to a royal family of the Licchavis."

(Kshatriya Clans in Bnddhist India P. 137).

తా॥ కుమారదేవి లిచ్ఛవీయులను పరిపాలించెడి రాజవంశము లోనిది. భావ సం॥రం (1934–35) రావుబహదూర్ (శ్రీ) తుంపూడి భగవంతంగారివలన ప్రకటింపబడిన వాసవి పత్రిక తొమ్మిదవ సంపుటము 212 పుటలో "కవికేసరి (శ్రీ) అద్దేపల్లి సత్యనారాయణగారు" "చంద్ర గుప్త" "శ్రీ కుమారదేవి"గార్లను గురించి యిట్లు వ్రాసియుండిరి.

"శ్రీగుప్తుని కొడుకు ఘటోత్కచగుప్త. అతని కొడుకు మొదటి చంద్రగుప్తుడు. పాటలీపుత్రమునకు రాజు."

"ఈయన (మొదటి చంద్రగుప్తుడు) నేపాళదేశము నేలు "లిచ్ఛవీ" తెగవారి కన్యను "కుమారదేవి"ని వివాహమాడెను." (వాసవి పత్రిక 9 వాల్యూం, 212 పుట.)

అని వ్రాసియున్నారు. కనుక "కుమారదేవి" నేపాళదేశము నేలెడి రాజుకుమార్తె. వీరు సూర్యవంశమునకు చెందిన లిచ్ఛవీ క్షత్రియులు. గుప్తవంశమువారు "లిచ్ఛవీ క్షత్రియ"వంశమునకు చెందినవారు గనుకనే నేపాలురాజు తన కుమార్తెను చంద్రగుప్తునికిచ్చి వివాహ మొనర్చియున్నాడు. గుప్త చంద్రగుప్తుడు వైశ్యుడైన యీ సంబంధము

"Chandragupta was crowned as King of Kings, a date thereafter reckoned as the beginning of the great Gupta Era. To celebrate the event he struck coins inscribed with his own name, that of his queen, Kumara Devi, and of the Licchavi Clans of which he was the chief."

(Vide The History of the Aryan Rule in India. By E. B. Havell P. 147. Ed. 1918).

తా॥ "చంద్రగుప్తుడు రాజాధిరాజు అను బిరుదుతో పట్టాభిషేక మొనర్చుకొనెను. ఆ తేదీయే గొప్పదైన గుప్తశక ప్రారంభమయ్యెను. అట్టి శుభదినమున నాతడు తన పేరును, తన భార్య కుమారదేవి పేరును, తానుకులపెద్దగా నుండిన లిచ్ఛవీ శాఖను యుదహరించుచు నాణెములను ముద్రింపించెను." దీనినిబట్టి గుప్తవంశీయులు లిచ్ఛవీయులతో నొక్కదిశాఖలలో చేరియుండినవారనిస్పష్టపడుచున్నది—గుప్తశబ్దముగృహనామము. వైశ్యజాతిని దెలుపునదికాదు.

"It is wholly misleading to describe the Gupta Era as a Hindu or Brahmanical reaction. It was rather an Aryan revival, for it was the effort of the Aryan Kshatrivas, aided by the Aryan Brahmins, to restore the political and spiritual supremacy of the Indo-Aryan race in Aryavarta."

His. of the Aryan Rule in India. By Havell. P. P. 151-52).

తా॥ గుప్తరాజ్యము హిందువులు లేక బ్రాహ్మణులు బౌద్ధ మతము మీాద చేయబడిన ప్రతీకారమని వర్ణించుట పొరబాటు. అది ఆర్యుల పునరుద్ధారణము. ఆర్యావర్తమునందు తమ రాజకీయ, మత ఆధిపత్యములను తిరిగి నెలకొల్పుకొనుటకు ఆర్యక్షత్రియులు, ఆర్య బ్రాహ్మణుల సహాయముతో చేయబడిన హిందూఆర్యులయొక్క పున రుద్ధారణ కార్యమైయున్నది. అని హావెలు మహాశయుడు వ్రాసి

యున్నాడు. కాని యిందు ఆర్య క్షత్రియ, ఆర్యబ్రాహ్మణులను పద ప్రయోగములు విషపూరితములుగా నున్నట్లు దోచుచున్నవి. ఆర్యేతర జాతులమీద తమ అధికారమును చలాయించుటకు ఆర్యబ్రాహ్మణ, క్షత్రియులచే చేయబడిన ప్రయత్నముగా వర్ణించుటవలన ఆర్య, ఆర్యేతర తగాదాలకు బీజమగుచున్నది. పాశ్చాత్యులీదేశమునకు రాక ముందు భారతదేశములో నివసించువారందరును తాము ఆర్యులమనియే భావించుచుండిరి. చాతుర్వర్ణ్యములు అనులోమ, విలోమ జాతులన్నియు ఆర్యులలో గల అంతశ్శాఖలేగాని ఆర్యేతరులెవరును లేరని తలచుచుండిరి. అనులోమ, విలోమమువలన గలిగిన సంకీర్ణ జాతులు కూడను వైదిక ధర్మములను విడిచి భ్రష్టులైన ఆర్యులుగాని ఆర్యేతర జాతులుకారు. అట్టి ఆర్యేతరజాతులేవియు లేవు. ఇట్టిస్థితిలో పాశ్చాత్యులు ఆర్య ద్రావిడాదిజాతులుగా దేశప్రజలను విడదీసి పరస్పరకలహములకు పునాదులను వేసిరి. కనుక పై పండితుని వాక్యములలోని భావమును విసర్జించి భారతీయులు తమమతమునుతమ రాజకీయస్వాతంత్ర్యమును శక, హూణాది విదేశీయుల దాడులనుండి సంరక్షించుకొనుటకు బ్రాహ్మణుల మంత్రశక్తి (ఆలోచనాశక్తి) తో క్షత్రియుల భుజబలమును జతచేసి వైశ్య, శూద్రులయొక్కయు మిగత యితర అంతశ్శాఖల వారియొక్కయు సహాయ సంపదలతో దేశప్రజలందరిచే చేయబడిన ప్రయత్నమని చెప్పుట సమంజసము.

"They (The Gupta Emperors) were full-blooded Aryans of the historic Licchavi Clan who rallied the Kshatriya Clans to the defence of the Āryāvarta against the Turks, and Huns of those days who were threatening the existence of Aryan Empire in India"

(Bhandarkar's Commemoration Vol. P. 442, Ed. 1917).

తా॥ గుప్తచక్రవర్తులు పూర్తియైన ఆర్యరక్తముతో నిండిన చరిత్రాత్మకమైన లిచ్ఛవీశాఖకుచెందిన క్షత్రియులు. తురుష్కులు,

హూణులు ఆర్యావర్తములో ఆర్యసామ్రాజ్యమును నాశనముచేయుటకు యత్నించుచుండినకాలమున ఆర్యావర్తములోని క్షత్రియు లందర నేకము చేసి దేశ స్వాతంత్ర్యమును కాపాడినవారు.

"Mr Allen presumes that Samudragupta was born in a Licchavi family and to keep up the memory of the father, Chandragupta and mother, Kumara Devi, the coin was issued".

(Kshatriya Clans in Budd. India. P. 137).

తా॥ సముద్రగుప్తుడు లిచ్ఛవీ కుటుంబములో జన్మించియుండెను. తన తండ్రి చంద్రగుప్తునియొక్కయు, తల్లి కుమారదేవియొక్కయు జ్ఞాపకార్థము (తాము "లిచ్ఛవాయు"లమని తమ కులమును దెలుపుచు) ఆ నాణెము ముద్రింపబడినట్లు "అల్లెన్" మహాశయు డూహించుచున్నాడు.

"Samudragupta by his conquests considerably enlarged the Empire of the Guptas .....and reasserting the principle of Kshatriya hegemony over the whole of India"

(Havell's History of the Aryan Rule in India P. 154).

తా॥ సముద్రగుప్తుడు తన విజయములవలన గుప్తసామ్రాజ్యమును విస్తరింపజేసి భారతదేశమంతట క్షత్రియులే రాజ్యాధికారమును పొందవలయుననెడి సూత్రమును తిరిగి స్థిరపరచెను.

"Sanskrit, therefore, naturally was the official language oi the Gupta Imperial Court."

(Do Book P. 155).

తా॥ గుప్తరాజ్యమున సంస్కృతము రాజభాషగా నుండెను.

"The village kathaks found ready listeners to praises of the mighty kshatriya (Samudragupta) then seated on Rama's throne at Ayodhya."

(Havell's His. of the Aryan Rule in India P. 155)

తా॥ అయోధ్యయందు శ్రీరామచంద్రుని సింహాసనము నధిష్ఠించిన గొప్ప ప్రతాపముగల క్షత్రియుని (సముద్రగుప్తుని)గురించిన స్తోత్ర పాఠములను కథకులు (పౌరాణికులు) చెప్పుచుండగా వినుటకు గ్రామ సీమలయందు జనులు మూగుచుండిరి.

"The Guptas were undoubtedly the representatives of Aryan Kshatriya tradition." (Do P. 178).

తా॥ గుప్తరాజులు నిస్సందేహముగా ఆర్యక్షత్రియసాంప్రదాయమునకు ప్రతినిధులు.

"In fact the instinct of caste has become so ingrained in and natural to the Indian mind, that the Rajaputs of pure Aryan descent decline even now, as thousands of years ago, to take girls from, or give girls in marriage to the Aryans of mixed descent whether they be the Kshatriyas of the united provinces, or the Kathis of Katiawar and the Maharatta of Maharastra" (Epic India. By C. V Vaidya P. 45)

తా॥ కులసంస్కారము హిందూ దేశస్థునిబుద్ధియందు సహజ సంస్కార రూపమును బొంది అస్థిగతమైనది. రాజపుత్రస్థానములోని స్వచ్ఛమైన ఆర్యక్షత్రియులు వేల సంవత్సరముల క్రిందటవలెనే నేటికి కూడను (క్రీ॥ శ॥ 1940 సం॥కు) తమ సాంప్రదాయమునకు చెందని, సాంకరముచెందినదలంచబడిన ఉత్తరప్రదేశమున గల క్షత్రియులతోగాని, కథియవారురాష్ట్ర క్షత్రియులతోగాని, మహారాష్ట్ర క్షత్రియులతోగాని సంబంధబాంధవ్యము లొనర్పరు. అనగా తమ కన్యలను వారికి వివాహమునకీయరు. వారి కన్యలను తాము తీసుకొనరు.

క్రీ॥ శ॥ 300 సం॥రములో సముద్రగుప్తుని కోర్టులో సెల్యూకస తరపున రాయబారిగానుండిన "మాగస్థనీసు" యిట్లు వ్రాసియున్నాడు :

"No one" he wrote "is allowed to marry out of his own class or exercise any calling except his own."

(Epic India P. 49. By C. V. Vaidya, M. A)

తా॥ తన కులముకు చెందని స్త్రీని (యితర కులములనుండి తెచ్చి) వివాహము చేసుకొనుట, తనవృత్తిగాక యితరవృత్తి నవలంబించుట యను నవి నిషేధింపబడినవి" అని వ్రాసియున్నాడు. తన కులములోని స్త్రీలను తప్ప ఇతర కులముల స్త్రీలను యెవరును వివాహమాడకూడదని శాసించి వర్ణధర్మములను యథావిధిగ అమలు జరుపుచుండిన గుప్త చక్రవర్తులు తమ వైశ్యులైన యెడల విలోమ సాంకర్యమును గలిగించెడి క్షత్రియ కుల స్త్రీలను వివాహమాడుటయను ధర్మవిరుద్ధకార్యమొనర్చియుండరు. కె. యం. పానిక్కారు మహాశయుడు తన శ్రీహర్ష చరిత్ర 45 పుటలో

"There is no doubt whatever that the caste system as we know it to-day with all its elaborate restrictions with regard to marrige, food, ceremonial pollution, etc. existed in its fully developed form in the days of Harsha." (i. e. 606-640 A. D.)

తా॥ వర్ణవ్యవస్థ, వివాహము, ఆహారము, జాత మృతాశౌచములు మొదలుగాగల వానియందు తనబహుళ నియమములతో గూడినదై యీ దినముననున్న దానికంటె హెచ్చు వికాసముగలదై క్రీ॥ శ॥ 606-640 సం॥రములలోగల శ్రీహర్షుని కాలమందుండియున్నదని చెప్పుటకు సందేహింపనక్కరలేదు. అని వ్రాసియున్నాడు. గుప్తరాజుల వంశము క్షత్రియవంశమేగాని వైశ్యవంశము కాజాలదు. అని పూర్వ చరిత్రలు శాసనములు, నాణెములు చెప్పుచున్నవి.

గుప్తరాజులు సూర్యవంశ సంభూతులైన లక్ష్మణేయు లనబడు "లిచ్ఛవీయ శాఖకు చెందిన సుక్షత్రియులు."

"తత్సత్"

ఓమ్

ఆర్యావర్తః — పుణ్యభూమిః

ఆంధ్ర మహాజనులకు విజ్ఞప్తి

ఆర్యులారా!

"ఆర్యవిజ్ఞానము" అను గ్రంథమున 1500 పుటలకు పైగాగల ఏడు భాగములు మాత్రము 12 పుస్తకములుగ యిప్పటికి ముద్రణము చేయింపగలిగితిమి. అందు రెండవభాగము ఇంగ్లీషులో వేయబడినది గాని అసలు తెలుగుమాతృక అచ్చుకాలేదు. లోగడ పాశ్చాత్య పండితులచే వ్రాయబడిన మనదేశ చరిత్ర లనేక ప్రమాదములతోగూడి పొరపాటభిప్రాయములతో నిండియుండిన యసత్య చరిత్రలని స్పష్టముగా రుజువుచేయబడినవి. భారతీయ వాఙ్మయమునుండి యదార్థ విషయముల సేకరించి యుక్తియుక్తముగను సప్రమాణముగను, వ్రాయబడిన అత్యుత్తమ గ్రంథములు.

దేశములో ప్రముఖులును, వార్తాపత్రికలును, మా ఆర్యవిజ్ఞాన గ్రంథములమీద చక్కని సమీక్షలు చేయుచుండిరి. గ్రంథములను చదివినవారలు తమ హర్షామోదములను దెలుపుచుండిరి. ఇప్పటికి ఏడు వేల రూప్యములకు పైగా ఖర్చుచేయబడినది. గ్రంథములమీద పెట్టబడినసొమ్ము వెంటనేతిరిగి యొకేమొత్తమున వచ్చునది కాదను సంగతందరు ఎఱింగినదే. ఇంకను యెనిమిదివేల రూప్యములుండినగాని మిగత గ్రంథము లచ్చుకానేరవు. అది యీ గ్రంథకర్తగారి శక్తిని మించిపోయినది. విజ్ఞాన తృష్ణగల ద్రవ్యవంతులు విరివిగా విరాళములిచ్చి పోషించినగాని మిగత భాగములు ముద్రింపబడజాలవు

ఇరువది సం॥ కంటె నెక్కువకాలము అనేక గ్రంథ పరిశోధన జేయబడి ప్రాచీనవిజ్ఞానమును ఆధునిక ప్రకృతిశాస్త్రముల దృష్ట్యా సమన్వయించి యీతరమువారికిని, రాబోవువారికిని ప్రాచీనార్య విజ్ఞానము కరతలామలక మగునట్లు చేయుటయే యీగ్రంథమాలలోని విశేషము. కాబట్టి భారతీయులందరు మాయుద్యమమునకు తోడ్పడి దీనిముద్రణ కార్యమును పూర్తి చేయించ ప్రార్థన.

సహాయమును గోరు విధానము

(1)	మహారాజ పోషకులు	రు 100-0-0
(2)	రాజపోషకులు	50-0-0
(3)	పోషకులు	25-0-0

వారిపేర్లు గ్రంథములో చేర్చబడును. పూర్తి సెట్టు 1 కి ముప్పది రూపాయిల కిమ్మతువరకు అగును. పై వర్గములలో చేరిన వారికి వెంటనే 23 రూపాయిల గ్రంథము లీయబడును. మిగత గ్రంథములు క్రమేపి పంపబడుచుండును. విజ్ఞానాభిమానులు వెంటనే వారుత్సాహించు విరాళమునంపి గ్రంథమాలలో సభ్యులుగా చేరగలందులకర్థింప బడుచున్నారు.

తయారైన గ్రంథములు.

౧.	బ్రహ్మాండసృష్టివిజ్ఞానం	రూ 3-0-0
౨.	మానవ సృష్టివిజ్ఞానము (ఇం)	,, 1-8-0
౩.	కలికాల విజ్ఞానం. (ప్ర. భా.)	,, 1-8-0
౪.	,, (ద్వి. భా.) (కలిరాజ వంశావళి)	2-4-0
౫.	,, (తృ. భా.) కలిరాజ వంశావళి) శేషం	4-8-0
౬.	ఆంధ్రులు ఎవరు?	0-6-0
౭.	ఆభాస క్రైస్తవము	1-8-0
౮.	జంబూ ద్వీపము	0-6-0
౯.	ధ్రువనివాస ఖండనం	3-8-0
౧౦.	భారతీయుశకములు	2-0-0
౧౧.	గుప్తరాజు లెవరు?	1-8-0
౧౨.	అగ్నికులకోపురాజులు (బహ్మతక్రతుకాలములు)	1-8-0

అచ్చులోనున్నవి.

౧. ఆర్యావర్త ప్రాచీనత
౨. ఆర్యుల ప్రపంచ వ్యాప్తి [౨ సంపుటములు]
౩. ఆర్యుల మతము
౪. ఆర్యుల సర్వతోముఖ విజ్ఞానము
౫. అద్వైతబోధిని
౬. నిర్విచార జీవనము
౭. మానవ సృష్టి విజ్ఞానము (తెలుగు)

౧

ఆర్యవిజ్ఞాన గ్రంథములు

గ్రంథకర్త:

కోట వెంకటాచలం

గాంధినగరం, విజయవాడ — 2

వలయువారు గ్రంథకర్తగారికి వ్రాసిన బడయగలరు.

ఇంతవఱకు అచ్చుఅయిన గ్రంథములు

౧ బ్రహ్మాండసృష్టి విజ్ఞానము

బ్రహ్మాండసృష్టి, భూగోళ, ఖగోళ వివరములు. సప్తసముద్రములు, సప్తద్వీపములు, జంబూద్వీప వివరములు, హద్దులు, చతుస్సాగరములు, దేవమానవాది వర్గసృష్టి, స్వాయంభువ మనువంశము ఇత్యాది విషయములు. 234 పేజీలు, అట్టబైండు. వెల 3—0—0

౨ మానవసృష్టి విజ్ఞానము

(ఇంగ్లీషు తర్జుమా)

or

The Genesis of the Human Race

ఇందు వేదములలో చెప్పబడిన స్వాభావిక సృష్టి వివరములు; డార్విన్ పరిణామవాదము సంపూర్ణ సిద్ధాంతముకాదు, మానవసృష్టి, సృష్టికాలము; ప్రథమ సృష్టికి స్థానము; ఆర్యుల జనన దేశము ఆర్యావర్తమేనని దెలుపు ఋగ్వేద మంత్రములు, స్మృతులు, పురాణముల నుండి సూటిగా ఆర్యుల సృష్టిని వారు తూర్పునుండి అనగా ఆర్యావర్తము నుంచి పశ్చిమదేశముల నాక్రమించిన వివరములు; సప్త సింధువుల వివరణము; దస్యులెవరు? ప్రాచీన భూగోళము ఇత్యాది వివరములు. భూగర్భ శాస్త్రము, భూగర్భ వస్తు పరిశోధన శాస్త్రవాక్యములతో సమన్వయించి వ్రాయబడిన 114 పేజీల గ్రంథము—వెల 1-8-0

౩. కలిశకవిజ్ఞానము

(ప్రథమ భాగం) జ్యోతిస్సిద్ధాంతుల కాలనిర్ణయం

కలిశకం యిప్పటికి 5050 సం॥రములు జరిగినట్లు సప్తర్షి మండల చలనము ననుసరించి ఋజువు ఆర్యభట్టు; భాస్కరాచారి మొదలుగాగల సిద్ధాంతుల కాల నిర్ణయములు, లోగడ చేయబడినవి తప్పులని ఋజువుపఱచుచు కలిశకం 5050 జరిగినట్లు చూపుట. 124 పుటల గ్రంథం — వెల 1-8-0

౪. డిటో ద్వితీయభాగం

(కలిరాజవంశావళి)

భారతయుద్ధము జరిగిన కలిశకమునకు పూర్వము 36 సం॥రము నుండి కలి 5050 (క్రీ పూ 3138 క్రీ॥ శ. 1950) వఱకు గల రాజుల జాబితా వారి రాజ్యకాలములు వారి కాలములలో జరిగిన విశేష విషయము లను చెప్పుచు పాశ్చాత్య పండితులైన వెబరు, మాగ్డనలు, రాప్సన్, స్మిత్, మొదలైనవారలున్నూ, హైందవ పురాణ విద్యాధికులయిన భండార్కరు, హరప్రసాదశాస్త్రి మొదలగు వారలచే వ్రాయబడిన చరిత్రలోని పొరబాటభిప్రాయములను ఖండించుచు, సత్యవిషయము లతో వ్రాయబడిన భారతదేశ చరిత్ర. కలిపూర్వం 1836 లగాయతు కలి 2775 వఱకు (క్రీ॥ పూ। 4938 ల క్రీ॥ పూ॥ 327 వఱకు) గల గ్రంథం. పుటలు 152— వెల 2-4-0

౫. డిటో తృతీయభాగం

(కలిరాజవంశావళిశేషం)

(గుప్తవంశము; బ్రాహ్మణరాజులు; వివిధ రాజ్యములు.)

ఇందు కలి 2775 ల॥ కలి 5050 వఱకు (క్రీ॥ పూ॥ 327 ల క్రీ॥ శ॥ 1949) ఆంధ్ర శాతవాహన సామ్రాజ్య పతనము, గుప్తవంశపు రాజులు; గుప్తశక నిర్ణయం; ఆంధ్ర సామ్రాజ్య విభాగము; బ్రాహ్మణ

XIV

THE HINDU, Sunday, July 17, 1949 (హిందూపత్రిక).

Manavasrishti Vijnanam. (The Genesis of th Human Race.)

By Kota Venkatachalam (Author)
Gandhinagar, Vijayavada.

"This is an attempt to ascertain the cradle of mankind with the almost exclusive aid of Vedic testimoney. The author believes that the first man was an Aryan and that he was created in Aryavarta - the Valley of the Saraswati. etc.

XV

INDIAN REPUBLIC, Monday, July, 18; 1949.
(ఇండియన్ రిపబ్లిక్ పత్రిక)

Manava Srishti Vijnanam. By Kota Venkata-chelam..................He points out that the first abode of the Aryans was Aryavarta. He quotes profusely from the Rigveda, Manusmriti, the Puranas, and the vedic commentaries. He supports his statements from the findings of the Geological and Archaeological researches etc. ....An attempt is made in the work to stimulate in the minds of the students the spirit of research into this " all important matter of the writings of foreigners on the subject and rejecting what is not supported by Vedic writings, by the author is a wholsome feature. The maps supplied by Mr. Venkatachalam are useful (See Pages 27, 81, 83).

The Appendix on the "Ancient Geography of the Puranas " is very interesting study. The section on modern countries which correspond to ancient names may be perused with interest The problems raised are of practical value and should be solved with the aid of our own ancient literature and by a proper interpretation The conclusions are thought provok-ing and deserve to be widely read and thought over.

౯. ధృవనివాసఖండనము

224 పుటలు : : వెల 3–8–0

శ్రీ తిలక్ మహాశయులచే వ్రాయబడిన "వేదములోని ఆర్యుల ఉత్తర ధృవనివాసము" అను గ్రంథముమీద పూర్వపక్షము. ఆర్యుల యుత్పత్తి ఆర్యావర్తముననే నని సప్రమాణముగా యిందు ఋజువు చేయబడినది.

౧౦. భారతీయ శకములు — వెల 2–0–0

౧౧. గుప్తరాజు లెవరు? — వెల 1–8–0

౧౨. అగ్నివంశపు రాజులు — వెల 1–8–0

గ్రంథములు వలయువారు దిగువ చిరునామాకు వ్రాయుడు :—

కోట వెంకటాచలంగారు
గాంధినగరం
విజయవాడ – 2.

పై గ్రంథములను గుఱించి వార్తాపత్రికలలోని "గ్రంథ సమీక్షలు, ప్రముఖుల అభిప్రాయములు" దిగువ వ్రాయబడినవి చూడుడు.

ప్రముఖుల అభిప్రాయములు

I

రాష్ట్రపతి, డాక్టరు
భోగరాజు పట్టాభిసీతారామయ్య పంతులుగారు

న్యూఢిల్లీ నుండి యిట్లు వ్రాసియున్నారు :

నూ ఢిల్లీ, 26–7–1949

ఆర్యా !

మీవద్దనుంచి యీరోజు వచ్చిన మానవసృష్టి విజ్ఞానము అనే పుస్తకము అందినది కొంచెము హెచ్చుతగ్గుగా పుస్తకం సొంతముగా

చదివినాను. అద్భుతంగా యున్నది. మీరు నిరాడంబరంగా యింత కృషి చేస్తున్నారన్న విషయము మాకు యిదివఱకు తెలియదు. ఇంగ్లీషునందు తర్జుమా చేయించుట చాలా మంచిపని జరిగినది. అచ్చులోనున్న 11 పుస్తకములలో రెండవస్థానం వహించిన ఈ పుస్తకముగాక యింకను పదిపుస్తకములు రావలసియున్నవి. అవి అన్నియు ఇంత ముచ్చటగను యింత తేజోవంతముగను ఉండునని చెప్పుటకు సందేహము లేదు. మనవైపునుండి ఇంతటి గ్రంథము వెలువడినందులకు మీకు నా కృతజ్ఞత తెలుపుచున్నాను.

చిత్తగించవలెను.

(సరియైన నకలు) భో॥ పట్టాభి సీతారామయ్య

II

శ్రీ పరమహంసపరివ్రాజకాచార్యవర్య శ్రీజగద్గురు

శ్రీ విమలానంద భారతిస్వామివారు

శ్రీ సిద్ధేశ్వరీ పీఠాధిపతి దత్తాత్రేయమందిరం, కొత్తాళం, తెంకాశితా॥ యిట్లు వ్రాసియున్నారు—

క్యాంపు విజయవాడ,
13–10–49.

ఇంగ్లీషువారు... మన దేశచరిత్రమని, యెవరేది వ్రాసియున్నను అల్లికబుట్ట విధముననే యున్నది. ఇప్పుడీ కోట వెంకటాచలపండితులు, వెనుకటివారు మనకున్న యాధారముల నేవిధముగ తారుమారు చేసినదియు నందు కొన్నిటి ముఖ్యమైనవాని యెల్ల అశ్రద్ధ చేసినదియు, తెల్పుచు సరియైన మార్గమును త్రొక్కి మన దేశమునుగూర్చి, సత్యమైన చరిత్ర నెల్ల బయలుపరచవలయునో విశదముచేయుచు తమకిక ముందు వచ్చువారలకు మార్గదర్శకులైరని చెప్పుట అత్యంత ముదావహము ఇత్యాది—

III

కవిసామ్రాట్

శ్రీ విశ్వనాథ సత్యనారాయణ కవిగారు

బ్రహ్మశ్రీ కోట వెంకటాచలంగారి "ఆర్యవిజ్ఞానము" ఆంధ్రులెవరు? మొదలయిన గ్రంథముల వారు దయతో నాకు పంపించిరి. నేను చదివితిని. ఆంగ్లభాషా పండితులు మనపూర్వచరిత్ర భూగోళశాస్త్రమును, ఆర్యవిజ్ఞానమును తారుమారుచేసి మన దేశములో చెప్పరానంత యశాంతిని గలిగించిరి.

శ్రీ వెంకటాచలంగారికృషియు, ప్రతిభయు గొప్పవి. వారుఋజువు చేసిన ఈ విషయములే ఏ "బెర్రిడేల్ కీత్" ఓ వ్రాసినచో నృత్యము చేయుదురు కాని దేశీయపండితుడు వ్రాసినచో నాదరించరు ఇత్యాది.

శ్రీ వెంకటాచలంగారిని విశ్వవిద్యాలయాలు 'డాక్టరేటు' లిచ్చి గౌరవించవలయును.

శ్రీ వెంకటాచలంగారికి అతృప్తి అక్కరలేదు. విజ్ఞానము అది దానికొరకే దానిని తెలుసుకొను వారికొరకు తెలుసుకొనగలుగు వారే తెలిసికొందురు తక్కినవారు విమర్శింతురు.

(సంతకం) విశ్వనాథ సత్యనారాయణ, 3-3-50.

IV

కె. యస్. రామస్వామి శాస్త్రియార్

రిటైర్డు డిస్ట్రిక్టు జడ్జి యీ ప్రకారం వ్రాసియున్నారు.

రాయపేట, మద్రాసు, 19-7-1949

My Dear Sir,

I thank you sincerely for sending me a copy of your excellent book "Manavasrishti Vijnanam" You have given convincing reasons for your views I feel sure that your book will receive ever increasing public appreciation.

V

శ్రీ జటావల్లభుల పురుషోత్తము గారు, ఎం. ఏ.

[లెక్చరర్, S. R. R. & C. V. R. College, విజయవాడ.
పూర్వాంధ్ర గీర్వాణ విద్యాపీఠ సంస్కృత కళాశాలకు వెనుకటి అధ్యక్షులు.]

ట్లు వ్రాయుచున్నారు:—

సాధారణముగా గొప్పవారనిపించుకొనువారు పూర్వవయస్సులో ఏదో కొంచెము సమాజసేవ గావించుటయు, దానిని గురించి గర్వించుట ోను వెనుకటి ప్రతాపమును చెప్పుకొనుటతోను ఉత్తర వయస్సును డపుటయు జరుగుచుండును. పూర్వ వయస్సును విజ్ఞానాదానకాలము గాను, ఉత్తర వయస్సును విజ్ఞాన విసర్జన కాలముగాను గడపువారు లదిమందియే యుండురు.

శ్రీ కోట వెంకటాచలము గారొక గ్రంథకర్తయని వారితో సన్నిహిత పరిచయముగలవారికికూడ చాలమందికి నేటికిని తెలియదు. రు ముప్పది సంవత్సముల క్రిందట "అద్వైతబోధిని," "నిర్విచారజీవనము" అను రెండు గ్రంథములను రచించినారని వీరి మిత్రులకే చాలమందికి తెలియదు. అరువది సంవత్సరములు దాటిన తరువాత వీరు రచించిన గ్రంథములే ఇతర మిత్రులకువలె నాకును సువిదితములైనవి.

అంతకుపూర్వము వీరు కొంతకాలము తపస్సు చేసిరనియు, యోగాభ్యాసములో చాలకాలము గడిపిరనియు నేను విని యుంటిని. ఆ తపస్సునకును, సాధనకును ఇతర ఫల ముండుగాక ! కాని జిజ్ఞాసులను ముగ్ధులను గావించినట్టియు, అజ్ఞానాబ్ధిమగ్నుల నుద్ధరించునట్టియు, స్వదేశ వేషభాషా ధర్మాభిమానశూన్యులై, పడమటిగాలిచే శోషించిన ముఖవర్చస్సుగల భారతీయులలో నూతన తేజస్సును నింపునట్టియు, ఇంపుమీరు గ్రంథ పరంపర వీరి లేఖినినుండి బయల్వెడలుటయు, భారత జాతీయ స్వాతంత్ర్యావతరణమున కించుమించు సమకాలికముగనే యీ గ్రంథములు పుంఖానుపుంఖముగా ముద్రణాలయములనుండి బయల్వెడలి వైజ్ఞానిక సంచలనమును కల్గించుటయేకాక, భారతీయతా పునరుజ్జీవనమునకు పునాదులను వైచుటయే వీరి యోగతపస్సులకు దృశ్యఫలమని నేను తలంచుచున్నాను.

ఈ గ్రంథపరంపరపై నొక విపులసమీక్ష వ్రాయుటకు నాకెంతేని వాంఛకలదు. అది మరొకప్పుడు తీరగలదు. పాశ్చాత్య పండితులును, వారి ననుసరించిన దేశీయవిద్వాంసులును వేదములకును, రామాయణ భారతాది గ్రంథములకును నిర్ణయించిన కాలములును వారు సృష్టి క్రమాది విషయములపై తెల్పిన సిద్ధాంతములును సత్యములే యైనచో సనాతన ధర్మమనునది యెవ్వరికిని గ్రాహ్యము కాకపోవుటయు మనము గర్వించుచున్న ఆర్షసాహిత్యము తప్పులతడకయగుటయు అనివార్య మగును. అంతప్రమాదము ఆధునిక భారతీయవిజ్ఞాన శోధకుల కృషివలన ఉపస్థితమై యున్నను వారిసిద్ధాంతములను సయుక్తికముగ ఖండించుటకు పూనుకొన్నవారు కొలదిమందియే కలరు. ఆకొలదిమందిలో ముందు లెక్కింపదగినవారు శ్రీ వెంకటాచలముగారు. ఈగ్రంథపరంపరా రచనా ప్రచురణములద్వారమున వీరు యావదాంధ్రలోకమును అధమర్ణులను (ఋణస్థులను) గావించినారు ఈ గ్రంథములు ఇతరభాషలలోనికికూడ పరివర్తనము నొందుట ప్రారంభమైనందున విజ్ఞాన ప్రపంచములో ఆంధ్రుల కీర్తియే యినుమడింపగలదు. హిందూధర్మవిజ్ఞానముల నీపటిష్ఠమైన ధోరణిలో కాపాడుచున్నందులకు శ్రీ వెంకటాచలముగారికి నా జోహారు లర్పించుకొనుచున్నాను. 25–9–50

VI

కవితిలక, కవితావిశారద, విద్వాన్

శ్రీమతి కాంచనపల్లి కనకాంబగారు

యెక్సు – లెక్చరర్, క్వీన్ మేరీ కాలేజి – యిట్లు వ్రాసియున్నారు.

బెజవాడ, 6–10–49.

"బ్రహ్మశ్రీ కోట వెంకటాచలంగారు సృష్ట్యాదినుండి మానవజాతి యార్జించిన విజ్ఞానము మన ప్రాచీన గ్రంథములను చక్కగ పరిశోధించి పఠించి "ఆర్యవిజ్ఞాన మను కుసుమములచే లోకుల కామోదమును గూర్చుచున్నారు – జిజ్ఞాసువుల పాలిట కల్పవృక్ష మీ గ్రంథమాల యని చెప్పవచ్చును. ఆంగ్లేయభాషలో "మానవసృష్టి విజ్ఞానము"

(The Genesis of the Human Race) అను గ్రంథమును ప్రచురించిరి... ... ...రెండవది ఆభాసక్రైస్తవము..... ...వెంకటాచలం గారి పరిశోధనయొక్క సారము నీ గ్రంథము వెల్లడిచేయుచున్నది. బ్రహ్మాండసృష్టి విజ్ఞానమునందు సర్వశాస్త్రముల సారమును క్రోడీకరించినారు. "కలిశకవిజ్ఞానము" ప్రథమభాగమును, ద్వితీయభాగమును కూడ చదివితిని. విద్యార్థులకు సైతమీ గ్రంథములు మిక్కిలి యుపకరించును. హిందువులందఱు ఆబాలవృద్ధులు పఠింపదగినవి వీరి గ్రంథములని భావించుచున్నాను."—

VII

శ్రీ దాసు త్రివిక్రమరావు పంతులుగారు

కొత్తగూడెం, 3-9-49.

......The process of the Evolution of the Universe explained therein is covincing to all unprejudiced minds I have my own doubts as to whether the leaders of our secular state will give the book the attention it deserves 1 hope it will enable the present and coming generations to know in an understanding manner the eternal truths contained in our ancient books.

VIII

శ్రీ సాలస బాపనయ్యగారు

బి. ఏ., బి. యల్., వకీలు, రాజమండ్రి.

Dear Sir, 13—7—49.

I thank you once more heartily for sending me the book "Manavasrishti Vijnanam" which I have read with great interest and benefit to myself, and admire the profound knowledge and close reasoning which it displays on the subject which greatly enhances the prestige of the Aryan Race.

(The Genesis of the Human Race) అను గ్రంథమును ప్రచురించిరి……… రెండవది ఆభాసక్రైస్తవము……. …వెంకటాచలం గారి పరిశోధనయొక్క సారము నీ గ్రంథము వెల్లడిచేయుచున్నది. బ్రహ్మాండసృష్టి విజ్ఞానమునందు సర్వశాస్త్రముల సారమును క్రోడీకరించినారు. "కలిశకవిజ్ఞానము" ప్రథమభాగమును, ద్వితీయభాగమును కూడ చదివితిని. విద్యార్థులకు సైతమీ గ్రంథములు మిక్కిలి యుపకరించును. హిందువులందఱు ఆబాలవృద్ధులు పఠింపదగినవి వీరి గ్రంథములని భావించుచున్నాను."—

VII

శ్రీ దాసు త్రివిక్రమరావు పంతులుగారు

కొత్తగూడెం, 3-9-49.

……The process of the Evolution of the Universe explained therein is covincing to all unprejudiced minds I have my own doubts as to whether the leaders of our secular state will give the book the attention it deserves I hope it will enable the present and coming generations to know in an understanding manner the eternal truths contained in our ancient books.

VIII

శ్రీ పొలస బాపనయ్యగారు

బి. ఏ., బి. యల్., వకీలు, రాజమండ్రి.

Dear Sir, 13—7—49.

I thank you once more heartily for sending me the book "Manavasrishti Vijnanam" which I have read with great interest and benefit to myself, and admire the profound knowledge and close reasoning which it displays on the subject which greatly enhances the prestige of the Aryan Race.

భారతదేశ చరిత్ర పాశ్చాత్యశాస్త్రజ్ఞుల గురించి చెప్పిన యీ గ్రంథము లందలి విషయము లెక్కువగా ఆదరణ యోగ్యములుగా ఉండగలవు ...... వారి (ఆర్యుల) ఆధ్యాత్మిక శక్తి అపూర్వమనియు, నాగరికత నిరుపమానమని, ఆ వారి స్వయానుభవములు ప్రస్తుత ముఖ్య సూత్రములపై ఆధారపడి యున్నవని ఋజువు చేయబడినది ... ఇత్యాది.

24 డిశంబరు 1949 సం॥ "కృష్ణాపత్రిక" యిట్లు వ్రాయుచున్నది :

"అద్వైతబోధినీ, సర్వోపకారజీవనము, అభాసిక్రీస్తవము, బ్రహ్మాండసృష్టి విజ్ఞానము, మానవసృష్టి విజ్ఞానము అనెడి అమూల్య గ్రంథములు ఆంధ్రలోకమున కర్పించి......"కలికాలవిజ్ఞానము" ప్రథమ, ద్వితీయ భాగముల "శ్రీ కోట వెంకటచలంగారు" సమర్పించి కృత కృత్యులైరి...............ఆర్యభట్టు, కాళిదాసు, వరహామిహిరుని, భట్టోత్పలుని, భాస్కరాచార్యుల కాలప్రశంస గావించి జ్యోతిష సిద్ధాంతముల కాలనిర్ణయము బలపరచి పాశ్చాత్య విద్వాంసుల వితర్కముల ఖండించిరి............... ద్వితీయ భాగమున భీష్మ నిర్యాణం, శ్రీకృష్ణ భగవానుని కాలనిర్ణయముల నిదర్శనములతో నిర్ధారణచేసి, "పర్గిటరు" మున్నగు వారి సూచనల యందలి దోషముల స్పష్టీకరించిరి............గ్రంథకర్త వెంకటాచలంగారు పూర్వాచార పరాయణులైనను, చరిత్ర పరిశోధకులకన్న మిన్నలై పాశ్చాత్య చరిత్ర కారుల వ్రాతలు విమర్శకదృష్టితో పరిశీలించి సత్యాసత్యముల గ్రహించి జ్యోతిష, ప్రకృతివిజ్ఞాన సిద్ధాంతముల మనమునందిడుకొని సమన్వయింప జూచి తమ నిశ్చితాభిప్రాయముల నిర్భీతితో వెలిబుచ్చుట ప్రశంస నీయము."

XIII

జాగృతి : ది 15-8-1949 తేదీగల పత్రికలో

"ప్రప్రథమంలో మానవుడు యెక్కడ యెలా ఉద్భవించాడు, అతని సంస్కరణ చరిత్ర యేమిటి అన్న మూల సమస్యల్ని క్షుణ్ణంగా చర్చించి ఆర్య విజ్ఞానాన్ని సుబోధం చేస్తున్న ఆంగ్ల పుస్తకం."

www.ingramcontent.com/pod-product-compliance
Lightning Source LLC
LaVergne TN
LVHW020124220825
819277LV00036B/572
* 9 7 8 1 0 2 1 2 3 3 4 6 2 *